ബാങ്കിങ് കുട്ടികൾക്ക്

banking kuttikalku

•

u suresh

•

first edition
april 2015

•

typesetting & published
chintha publishers, thiruvananthapuram

•

printed at
Repro India Ltd, Mumbai.

•

cover & illustration
sivan

•

price
rupees seventy five only

വിതരണം

ദേശാഭിമാനി ബുക്ക് ഹൗസ്

H O തിരുവനന്തപുരം-695 035
phone: 0471-2303026, 6063026
www.chinthapublishers.com
chinthapublishers@gmail.com

ബ്രാഞ്ചുകൾ

ഹെഡ്ഓഫീസ് ബ്രാഞ്ച് കുന്നുകുഴി • സ്റ്റാച്യു തിരുവനന്തപുരം • കെ എസ് ആർ ടി സി ബസ് സ്റ്റേഷൻ ആലപ്പുഴ • കെ എസ് ആർ ടി സി ബസ് സ്റ്റേഷൻ എറണാകുളം • ചിറ്റൂർ റോഡ് എറണാകുളം • മച്ചിങ്ങൽ ലെയ്ൻ തൃശൂർ • ഐ ജി റോഡ് കോഴിക്കോട് • മാവൂർ റോഡ് കോഴിക്കോട് • എൻ ജി ഒ യൂണിയൻ ബിൽഡിങ് കണ്ണൂർ • സെൻട്രൽ ബസ് ടെർമിനൽ കോംപ്ലക്സ് താവക്കര കണ്ണൂർ

CO - 2180 / 3644

ബാങ്കിങ് കുട്ടികൾക്ക്

ബാലസാഹിത്യം

യു സുരേഷ്

ചിന്ത പബ്ലിഷേഴ്സ്
തിരുവനന്തപുരം-695 035
വില : ₹ 75

യു സുരേഷ്

1959 ൽ ജനിച്ചു. അച്ഛൻ പി ടി ഭാസ്കരപ്പണിക്കർ. അമ്മ ജാനകി പണിക്കർ സ്റ്റേറ്റ് ബാങ്ക് ഓഫ് ട്രാവൻകൂറിൽ 26 വർഷത്തെ സേവനത്തിനുശേഷം *ജനയുഗം* പബ്ലിക്കേഷൻസിന്റെ ജനറൽ മാനേജരായി പ്രവർത്തിച്ചു. 2010 സെപ്തംബർ മുതൽ കേരളാ പബ്ലിക് സർവ്വീസ് കമ്മീഷൻ അംഗമായി തുടരുന്നു. ആനുകാലികങ്ങളിൽ ലേഖനങ്ങൾ എഴുതാറുണ്ട്. *സ്നേഹാദരങ്ങളോടെ സ്വന്തം, അന്ത്യനാളുകളിലെ ജീവിതത്തുടിപ്പുകൾ* എന്നീ പുസ്തകങ്ങളും നിരവധി ലേഖനങ്ങളും പ്രസിദ്ധീകരിച്ചിട്ടുണ്ട്.

ഭാര്യ : കെ ശ്രീദേവി (കാനറാ ബാങ്ക്)

മക്കൾ : ഗായത്രി (അഡ്വക്കേറ്റ്),
ഗാഥ (വിദ്യാർത്ഥിനി)

ഇമെയിൽ : usuresan@gmail.com

ഉള്ളടക്കം

പ്രസാധകക്കുറിപ്പ്

ആധുനിക മനുഷ്യന് ഒഴിച്ചുകൂടാനാവാത്തതാണ് ബാങ്കിങ്. എന്താണ് ഒരു ബാങ്കിങ്? ബാങ്ക് ഇടപാടുകൾ എന്തെല്ലാം? ബാങ്ക് അക്കൗണ്ടുകൾ ഏതെല്ലാം തരത്തിൽ? തുടങ്ങി ബാങ്കുമായി ബന്ധപ്പെട്ട കാര്യങ്ങളെല്ലാം ഒരു കുട്ടിക്ക് മനസ്സിലാകുന്ന രീതിയിൽ പ്രതിപാദിക്കുകയാണ് ബാങ്ക് ഉദ്യോഗസ്ഥൻ കൂടിയായിരുന്ന ലേഖകൻ. സരളമായ പ്രതിപാദ്യംകൊണ്ടും വിഷയങ്ങളുടെ സവിശേഷമായ ആഖ്യാനം കൊണ്ടും ഈ കൃതി സവിശേഷതയർഹിക്കുന്നു. ബാങ്കിങ് ഇടപാടുകൾ അനുദിനം മാറിക്കൊണ്ടിരിക്കുകയാണ്. ഇന്റർനെറ്റ് ബാങ്കിങ്, കോർ ബാങ്കിങ് തുടങ്ങിയവയെല്ലാം എന്താണെന്നു മനസ്സിലാക്കാൻ ഒരു കുട്ടിക്കു മാത്രമല്ല മുതിർന്ന ഒരാൾക്കും ഈ പുസ്തകം ആശ്രയിക്കാം.

ചിന്ത പബ്ലിഷേഴ്സ്

1

സ്കോളർഷിപ്പ്

തലേന്ന് "ആർട്ട്സ് ഫെസ്റ്റിവൽ" ആയിരുന്നതിനാൽ അന്ന് സ്കൂൾ അവധിയായിരുന്നു. വൈകിയുണർന്ന ആലസ്യത്തോടെ ടെലിവിഷനു മുമ്പിലിരുന്നുകൊണ്ട് അലസമായി റിമോട്ട് കൺട്രോളിലൂടെ ചാനലുകളിലൂടെ സഞ്ചരിച്ചുകൊണ്ടിരിക്കുകയാണ് ശില്പ. "പോയി കുളിക്ക്" എന്ന അമ്മയുടെ ശകാരം ഇടയ്ക്കിടെ ഉയരുന്നുണ്ടെങ്കിലും സ്ക്രീനിലൂടെ മിന്നിമറയുന്ന രൂപങ്ങളിലാണ് അവളുടെ ശ്രദ്ധ മുഴുവനും. ഇന്ത്യാവിഷനിൽ എന്തോ വാർത്താ പരിപാടി, ഏഷ്യാനെറ്റിൽ മമ്മൂട്ടിയുടെ പഴയ സിനിമ - "അമരം". സീ ടി വിയിൽ ഷാരൂഖ്ഖാൻ നിന്നു തകർക്കുന്നു. അവിടെനിന്നും നേരെ കാർട്ടൂൺ നെറ്റ് വർക്കിൽ. അവിടെ ടോമും ജെറിയും തങ്ങളുടെ കളികളുമായി ഓടിനടക്കുന്നത് കണ്ടിരിക്കെയാണ് കോളിങ്ബെൽ അടിക്കുന്നതു കേട്ടത്. കേൾക്കാത്തതുപോലിരുന്നു.

"ഇവൾക്കൊന്നു പോയി നോക്കിക്കൂടേ" എന്ന് ഉറക്കെ പറഞ്ഞുകൊണ്ട് അമ്മ അടുക്കളയിൽനിന്നും ഉമ്മറത്തേക്ക് ഓടി.

"ശില്പേ നിനക്കാണ്?"

"എനിക്കോ?"

ആലസ്യമൊക്കെ എവിടെയോ ഓടിമറഞ്ഞു. ചാടി എഴുന്നേറ്റ് മുൻവശത്തേക്ക് പാഞ്ഞു. അവിടെ പോസ്റ്റ്മാൻ ഒരു കവർ അമ്മയെ ഏല്പിക്കുന്നു. കൈവശമുള്ള കടലാസും കവറും

തന്നെ ഏല്പിച്ച് അമ്മ തിരികെ അടുക്കളയിലേക്ക് ഓടിപ്പോയി.

പോസ്റ്റുമാൻ ചൂണ്ടിക്കാണിച്ച സ്ഥലത്ത് ഒപ്പിട്ടശേഷം കവർ നോക്കി. ഇതു താൻ എഴുതിയ ഒരു സ്കോളർഷിപ്പുമായി ബന്ധപ്പെട്ടുള്ളതാണല്ലോ എന്ന് അവൾ അപ്പോഴാണ് ശ്രദ്ധിച്ചത്.

"അമ്മേ!!"

അവൾ സന്തോഷംകൊണ്ട് തുള്ളിച്ചാടി അമ്മയുടെ അടുത്തേക്ക് ഓടി.

"അമ്മേ അന്ന് എഴുതിയ സ്കോളർഷിപ്പ് എനിക്കു കിട്ടി. ഇനി എന്റെ പഠിത്തച്ചെലവുകൾക്ക് നിങ്ങൾ ബുദ്ധിമുട്ടേണ്ട."

മിക്സിയുടെ മുഴക്കത്തിൽ തന്റെ വാക്കുകൾ എവിടെയോ മുറിഞ്ഞുപോയതുപോലെ തോന്നി ശില്പയ്ക്ക്.

അവൾ കവർ തുറന്ന് കടലാസ് അമ്മയെ കാണിക്കാൻ ഒരു വൃഥാശ്രമം നടത്തി.

"മ് ശരി അവിടെ വയ്ക്കൂ. ഇതു കഴിഞ്ഞിട്ടുനോക്കാം".

അമ്മ അങ്ങനെയാണ്. രാവിലെ പണിതീർക്കുന്നതുവരെ ഒരേ ബഹളമാണ്. പിന്നീട് ടെലിവിഷനുമുമ്പിൽ ചെന്നിരുന്നു സിനിമയും സീരിയലും കാണുക. അത്രയേ ഉള്ളു ഉദ്ദേശ്യം.

ഇത്രയും വലിയ ഒരു വിജയം നേടിയിട്ടും തന്നെ അംഗീകരിക്കാത്ത അമ്മയോട് അവൾക്ക് വലിയ നീരസം തോന്നി.

എന്തൊരു കഷ്ടമാണിത്. സന്തോഷം ഒന്നു പങ്കുവയ്ക്കാൻകൂടി! അവളുടെ കണ്ണുകൾ ഈറനണിഞ്ഞു. ഒരുപക്ഷേ തിരക്കിനിടയിൽ അമ്മ ശ്രദ്ധിക്കാത്തതുകൊണ്ടാവും. അവൾ ആശ്വാസം കണ്ടെത്തി.

ഓടിച്ചെന്ന് ഫോണെടുത്തു. നീനയെവിളിക്കാം. തന്റെ എല്ലാ സന്തോഷങ്ങളിലും അവൾ ഒരിടം കാണാറുണ്ട് പണ്ടേ. ഫോണെടുത്തു നീനയോടു വിവരമൊക്കെ പറഞ്ഞു. അവൾക്കും സന്തോഷമായി. പക്ഷേ, ഒരു ചെറിയ ദുഃഖം കൂടി അവർക്കിടയിൽ നിന്നു.

ഈ സ്കോളർഷിപ്പ് പരീക്ഷയെഴുതാൻ നീനയ്ക്കു അന്നു സാധിക്കാത്ത വിഷമം. അന്ന് അവൾ ചിക്കൻപോക്സ് പിടിപെട്ടു കിടപ്പിലായിരുന്നു.

അല്ലെങ്കിൽ ഒരുപക്ഷേ അവൾക്കും - ശില്പ വെറുതെ ചിന്തിച്ചു.

അഞ്ചാം ക്ലാസുമുതൽ എന്നും ഒന്നും രണ്ടും സ്ഥാനങ്ങൾക്കായുള്ള മത്സരം ഈ കൂട്ടുകാരികൾ തമ്മിലായിരുന്നു. പഠിത്തത്തിലും കലാമത്സരങ്ങളിലും സ്പോർട്സിലും ഒക്കെ താല്പര്യം കാണിച്ചിരുന്ന കുട്ടികളെ അദ്ധ്യാപകർക്കും വലിയ ഇഷ്ടമായിരുന്നു.

എങ്ങനെയാ ഈ സ്കോളർഷിപ്പ് പണം നിനക്കു കിട്ടുക? എത്ര രൂപയുണ്ടാകും? ഈ ചോദ്യങ്ങളൊക്കെ നീനയിൽനിന്നും കേട്ടപ്പോഴാണ് താൻ കടലാസ് നോക്കുകയല്ലാതെ മുഴുവനും വായിച്ചില്ലല്ലോ എന്ന് ശില്പ ഓർത്തത്.

മേശമേൽ വച്ചിരുന്ന കവർ എടുത്ത് അവൾ സശ്രദ്ധം വായിച്ചു. പേരും, വിലാസവും, സ്കൂളിന്റെ വിവരങ്ങളുമൊക്കെ പൂരിപ്പിക്കേണ്ടതുണ്ട്. അതിനോടൊപ്പം ഒരു കോളത്തിൽ ബാങ്ക് അക്കൗണ്ട് നമ്പർ, ഐ എഫ് എസ് സി (IFSC) നമ്പർ എന്നിവയും നല്കുവാൻ ആവശ്യപ്പെട്ടിട്ടുണ്ട്.

തനിക്ക് ബാങ്ക് അക്കൗണ്ടില്ലല്ലോ. എന്താണ് ഈ ഐ എഫ് എസ് സി നമ്പർ എന്നൊക്കെ അവൾ ചിന്തിച്ചു.

അമ്മയോടു ചോദിക്കാമെന്നു കരുതി എഴുന്നേറ്റു. നോക്കിയപ്പോൾ അമ്മ ടി വി സീരിയലിനകത്താണ്.

സീരിയലിലെ കഥാസന്ദർഭങ്ങൾ മനസ്സിലാക്കാൻ അമ്മയുടെ മുഖത്തു നോക്കിയിരുന്നാൽ മതി.

സ്തോഭവും കാരുണ്യവും ദേഷ്യവും ഒക്കെ മിന്നിമായും അപ്പോൾ.

വേണ്ട ഇപ്പോൾ വേണ്ട. അവൾ ചോദ്യം അച്ഛനോ, ഏട്ടനോ വേണ്ടി റിസർവ്വു ചെയ്തുകൊണ്ട് തൽക്കാലം പിൻവാങ്ങി.

ഇനി ഒന്നു കുളിക്കാം.

2

ബാങ്ക് അക്കൗണ്ട് തുടങ്ങാം

വൈകുന്നേരമായതോടെ അവൾ സന്തോഷവർത്തമാനം പറയാൻ ഏട്ടനെ വിളിച്ചു. വൈകുന്നേരം ക്ലാസുവിട്ടു റൂമിലെത്തിയാൽമാത്രമേ ഏട്ടനെ മൊബൈലിൽ കിട്ടു. എൻജിനീയറിങ് ഏഴാം സെമസ്റ്ററിലെത്തി നില്ക്കുന്ന ഏട്ടന് ക്യാമ്പസ് സെലക്ഷൻ കിട്ടിയതിനുശേഷം അല്പം തണ്ടുകൂടിയിട്ടില്ലേ എന്നവൾക്കു സംശയം. ഏട്ടനോട് അച്ഛനും, അമ്മയ്ക്കും ഉള്ള പെരുമാറ്റത്തിലും അല്പം ആദരവു കൂടിയിട്ടുണ്ടോ എന്നും ഈയിടെയായി തോന്നിത്തുടങ്ങിയിട്ടുണ്ട്. ഒരിക്കൽ ഇതും പറഞ്ഞ് അമ്മയോടു വഴക്കടിച്ചതുമാണ്.

ഏട്ടനു സന്തോഷമായി. എന്നാൽ, കോഡ് നമ്പർ സംബന്ധിച്ച സംശയത്തിന് ഉത്തരം നല്കാൻ ഏട്ടനായില്ല.

"നീ ഇന്റർനെറ്റിൽ നോക്ക്" ഏട്ടൻ പറഞ്ഞു. കഴിഞ്ഞതവണ ഏട്ടൻ വന്ന സമയത്ത് കമ്പ്യൂട്ടർ നന്നാക്കാനെന്നും പറഞ്ഞ് എല്ലാം ഊരിയിട്ടിരിക്കുകയല്ലേ. അവൾക്ക് തന്റെ പ്രതിഷേധം പ്രകടിപ്പിക്കുവാനൊരവസരം ലഭിച്ചതിന്റെ ചെറിയ സന്തോഷം.

അച്ഛൻ വന്നപ്പോൾ ശില്പ ഓടിച്ചെന്നു. വിവരം നേരത്തെതന്നെ അമ്മ വിളിച്ചു പറഞ്ഞിരുന്നു. "കൺഗ്രാജുലേഷൻസ്" എന്നു പറഞ്ഞ് അച്ഛൻ ഒരു പുതിയ പേന സമ്മാനിച്ചു.

അവൾ രാവിലെ മുതൽ സൂക്ഷിച്ചുവച്ചിരുന്ന സംശയം അച്ഛ

നോടു ചോദിച്ചു. താൻ ഒരു അക്കൗണ്ട് നമ്പർ നല്കേണ്ടതുണ്ട് എന്നും അച്ഛനെ അറിയിച്ചു.

"ശരി നാളെ പോകുന്ന വഴിക്ക് നമുക്ക് അക്കൗണ്ട് തുടങ്ങാം. അതിനുവേണ്ട ചില രേഖകളുണ്ട്. അവകൂടി കൈവശം എടുത്തോളൂ".

"എന്തെല്ലാമാണ് എടുക്കേണ്ടത് അച്ഛാ?"

"പ്രധാനമായും രണ്ടുകാര്യങ്ങളാണ് ഒരു ബാങ്ക് അക്കൗണ്ട് തുടങ്ങാനായി വേണ്ടത്. ഒന്നാമത് വേണ്ടത് നമ്മുടെ ഫോട്ടോ പതിച്ച തിരിച്ചറിയൽ രേഖ (Identity). രണ്ടാമതായി അപേക്ഷയിൽ സമർപ്പിച്ചിട്ടുള്ള മേൽവിലാസം തെളിയിക്കുന്നതിനായുള്ള രേഖ."

"മോൾക്ക് ഏതായാലും പാസ്പോർട്ടുണ്ടല്ലോ. അതുമതിയാകും. വ്യക്തിയെ തിരിച്ചറിയുന്ന രേഖയായും മേൽവിലാസം തെളിയിക്കുന്ന രേഖയായും പാസ്പോർട്ട് പരിഗണിക്കും. അഥവാ പാസ്പോർട്ടില്ലായിരുന്നുവെങ്കിൽ സ്കൂളിലെ ഐഡന്റിറ്റികാർഡും നമ്മുടെ ടെലിഫോൺ ബില്ലും മതിയായിരുന്നു. പരിചയപ്പെടുത്തുവാൻ ഞാനുണ്ടല്ലോ. എനിക്ക് അക്കൗണ്ടുള്ള ബാങ്കിൽ തന്നെ നമുക്ക് നാളെ പോകാം."

"അച്ഛാ എന്താണ് ഈ ഐ എഫ് എസ് സി എന്നതുകൊണ്ടുദ്ദേശിക്കുന്നത്?"

"ഓ അതൊരു പുതിയ സംവിധാനമാണ്. വളരുന്ന സാങ്കേതികവിദ്യയുടെ അടിസ്ഥാനത്തിൽ ഉണ്ടായതാണത്. ആധുനിക സാങ്കേതിക വിദ്യ ഏറ്റവും അധികം മാറ്റം വരുത്തിയിട്ടുള്ളത് ബാങ്കിങ് മേഖലയിലാണ്.

ഇന്ത്യൻ ഫിനാൻഷ്യൽ സിസ്റ്റം കോഡ് എന്നാണ് ഐ എഫ് എസ് സി (IFSC) എന്നതുകൊണ്ട് ഉദ്ദേശിക്കുന്നത്. പതിനൊന്ന് അക്കങ്ങളുള്ളതാണ് ഈ കോഡിങ് സംവിധാനം. അവയിലെ ആദ്യത്തെ നാലുസ്ഥാനങ്ങൾ ബാങ്ക് ഏതെന്നു മനസ്സിലാക്കുവാനും അവസാനത്തെ ആറ് എണ്ണം ശാഖ ഏതെന്നു മനസ്സിലാക്കുവാനുമാണ് ഉദ്ദേശിക്കുന്നത്. ഇടയിലുള്ള പൂജ്യം ഭാവി ഉപയോഗത്തിനായി വച്ചിരിക്കുകയാണ്. പൂർണ്ണമായും കമ്പ്യൂട്ടർവല്ക്കരിക്കപ്പെട്ട ബാങ്കുശാഖകളാണ് ഇന്ന് ഏറെയും ഉള്ളത്. ഇന്ത്യയിലെ ഒരറ്റത്തുനിന്നും മറ്റൊരറ്റത്തേക്കു പണമെ

ത്തിക്കുവാൻ ഇന്നു വളരെ വേഗം സാധിക്കും. അതിനായി ബാങ്കിനെയും ശാഖയെയും തിരിച്ചറിയുവാൻ സഹായിക്കുന്ന നമ്പരാണ് ഐ എഫ് എസ് സി നമ്പർ. ബാങ്കുകളുടെ കേന്ദ്രബാങ്കായ റിസർവ്വ് ബാങ്ക് ഓഫ് ഇന്ത്യയുടെ സഹായ ത്തോടെ പണം അയയ്ക്കാൻ സാധിക്കും. ഇതിന് NEFT (National Electronics Fund Transfer) എന്ന് പറയും."

ബാങ്കുകളെക്കുറിച്ച് ശില്പ ഇതുവരെ കാര്യമായി ചിന്തിച്ചിട്ടില്ലായിരുന്നു. അമ്മയും അച്ഛനും ബാങ്കിനെക്കുറിച്ചു പരാമർശിക്കുന്നത് ശ്രദ്ധിച്ചിട്ടുണ്ട്. അതുപോലെ ബാങ്കുകൾക്കുമുമ്പിലും അല്ലാതെയും എ ടി എം കൗണ്ടറുകൾ പുതിയതായി ഉയർന്നുവരുന്നതും അവൾ ശ്രദ്ധിച്ചിരുന്നു. പണം ഒരു സ്ഥലത്തുനിന്നും മറ്റൊരിടത്തേക്ക് എത്തിക്കുക എന്ന ആശയം അവൾക്കു കൗതുകകരമായി തോന്നി. ഏതായാലും ഇതിനെയെല്ലാംകുറിച്ച് കൂടുതൽ മനസ്സിലാക്കണമെന്ന് ശില്പ തീരുമാനിച്ചു.

3

നിക്ഷേപങ്ങൾ പലതരം

അന്നു ശനിയാഴ്ചയായിരുന്നു. സ്കൂളില്ല. അച്ഛനോടൊപ്പം രാവിലെ ഓഫീസിലെത്തി. മേലധികാരിയുടെ അനുവാദം വാങ്ങിച്ച് ദിനേശ് ശില്പയെ കൂട്ടി ബാങ്കിലെത്തി. അക്കൗണ്ട് തുടങ്ങുന്നതിനുള്ള ഫോറം നേരത്തെ ശില്പയെക്കൊണ്ടുതന്നെ പൂരിപ്പിച്ചു തയ്യാറാക്കിയിരുന്നു. അറിയാവുന്നതെല്ലാം പെൻസിൽ കൊണ്ടെഴുതുവാനുള്ള നിർദ്ദേശം അനുസരിച്ചായിരുന്നു ഫോറം പൂരിപ്പിച്ചത്. ശില്പ കരുതിയതുപോലെയൊന്നുമായിരുന്നില്ല. അപേക്ഷാഫോറത്തിൽ പൂരിപ്പിക്കുവാൻ ധാരാളമുണ്ടായിരുന്നു കാര്യങ്ങൾ. അറിയാത്തതു പലതും വിട്ടുകളഞ്ഞശേഷം പൂരിപ്പിക്കാൻ കുറച്ചേ ഉണ്ടായിരുന്നുള്ളു. പെൻസിൽകൊണ്ടു പൂരിപ്പിച്ച ഭാഗങ്ങൾ മായ്ച്ച് പേനയിൽ എഴുതിയശേഷം അവർ മാനേജരുടെ ക്യാബിനു മുന്നിലെത്തി. ഫോമിൽ മാനേജരുടെ ഒപ്പു വേണം എന്നു കൗണ്ടറിലിരുന്നയാൾ പറഞ്ഞിരുന്നു. മാനേജരുടെ മുറിയിൽ ആളുണ്ടായിരുന്നതുകൊണ്ട് പുറത്തുള്ള സോഫയിൽ അവർ കാത്തിരുന്നു.

അവർക്കു പൂരിപ്പിക്കാനായി ലഭിച്ച ഫോറം എല്ലാ തരത്തിലുമുള്ള നിക്ഷേപങ്ങൾ തുടങ്ങുവാനുള്ളതായിരുന്നു. ഫോറത്തിന്റെ ഏറ്റവും മുകളിലുണ്ടായിരുന്ന ചോദ്യം ഏതുതരം അക്കൗണ്ട് എന്നതായിരുന്നു (Type of Account). അതുസംബന്ധിച്ച് ദിനേശ് ഇപ്രകാരം പറഞ്ഞുകൊടുത്തു.

"ബാങ്കുകളിൽ പ്രധാനമായി അക്കൗണ്ടുകളെ നാലായി വേർതിരിക്കാം.

(1) സേവിങ്സ് ബാങ്ക് അക്കൗണ്ട്

(2)കറന്റ് അക്കൗണ്ട്

(3)സ്ഥിര നിക്ഷേപ അക്കൗണ്ട്

(4)ആവർത്തന നിക്ഷേപ അക്കൗണ്ട്

സേവിങ്സ് ബാങ്ക് അക്കൗണ്ടാണ് വേണ്ടത്" എന്നുപറഞ്ഞ ശേഷം ദിനേശ് ഇപ്രകാരം തുടർന്നു.

"ജനങ്ങൾക്കിടയിൽ സമ്പാദ്യശീലം വളർത്തുക എന്നതാണ് സേവിങ്സ് ബാങ്ക് നിക്ഷേപത്തിന്റെ മുഖ്യ ഉദ്ദേശ്യം. തങ്ങൾക്കു ലഭിക്കുന്ന വരുമാനത്തിന്റെ അടിസ്ഥാനത്തിലാണ് ചെലവുകൾ ചെയ്യുന്നത്. അതിനിടയിൽ മിച്ചം പിടിക്കുന്നതാണ് സമ്പാദ്യ മായി മാറുന്നത്. അതു സൂക്ഷിച്ചുവയ്ക്കുന്നതിനായി അവരെ സഹായിക്കുന്നതാണ് ഈ നിക്ഷേപ പദ്ധതി. ഇതിൽ നിക്ഷേ പിക്കുന്ന തുക എപ്പോൾ വേണമെങ്കിലും നിക്ഷേപകന് പിൻവ ലിക്കാവുന്നതാണ്. അതുപോലെ നിക്ഷേപ തുകയ്ക്ക് ചെറിയ ശതമാനം പലിശ ലഭിക്കുകയും ചെയ്യും. ഓരോ ദിവസവും അക്കൗണ്ടിലുള്ള നീക്കിയിരുപ്പ് തുകയുടെ അടിസ്ഥാനത്തിൽ ഒരു ചെറിയ പലിശ നിക്ഷേപകനു നല്കുന്നു. ബാങ്ക് അക്കൗ ണ്ടുകൾ കമ്പ്യൂട്ടർവല്ക്കരിച്ചശേഷമാണ് ഇപ്രകാരം പലിശ നല്കുന്നത്."

"അതെന്താണ് ഇങ്ങനെയൊരു രീതി?" ശില്പയ്ക്ക് തന്റെ ചോദ്യം അടക്കുവാനായില്ല.

"സേവിങ്സ് ബാങ്ക് നിയമങ്ങളനുസരിച്ച് ഒരുവർഷം നിർവ്വ ഹിക്കാവുന്ന ഇടപാടുകളുടെ എണ്ണത്തിനു പരിധികല്പിച്ചിട്ടു ണ്ട്.

ബാങ്കുകളിൽ മാത്രമല്ല സേവിങ്സ് ബാങ്ക് അക്കൗണ്ടുകളു ള്ളത്. ഇന്ത്യയിലുടനീളമുള്ള പോസ്റ്റാഫീസുകളിലും സേവിങ്സ് ബാങ്ക് അക്കൗണ്ടുകളുണ്ട്. കുട്ടികൾക്കിടയിൽ സമ്പാദ്യശീലം വർദ്ധിപ്പിക്കുന്നതിനായി സ്കൂൾ കുട്ടികൾക്കിടയിൽ ദേശീയ സമ്പാദ്യ പദ്ധതിയുടെ ഭാഗമായും ബാങ്കുകളുടെ വകയായി നേരിട്ടും അക്കൗണ്ടുകൾ തുടങ്ങാനനുവദിക്കും. എന്നാൽ, അക്കൗണ്ട് തുടങ്ങുവാനുദ്ദേശിക്കുന്ന കുട്ടിക്ക് 10 വയസ്സിലേറെ

പ്രായമുണ്ടായിരിക്കണം."

"അതെന്താണ് പത്തുവയസ്സ് എന്നു നിശ്ചയിച്ചിരിക്കുന്നത്?" ശില്പയുടെ സംശയം പെട്ടെന്നായിരുന്നു.

"പത്തുവയസ്സാവുമ്പോൾമാത്രമേ കുട്ടികൾ സ്ഥിരമായ ഒരു ഒപ്പിടുവാൻ പ്രാപ്തരാവുകയുള്ളു എന്ന ഒരു ധാരണയുടെ അടിസ്ഥാനത്തിലാണ് അങ്ങനെ ഒരു നിലപാട് സ്വീകരിക്കുന്നത്" അച്ഛൻ മറുപടി പറഞ്ഞു. "10 വയസ്സിനു മുകളിലുള്ളവർക്ക് സ്വന്തം അക്കൗണ്ടും അല്ലാത്തവർക്ക് രക്ഷാകർത്താവിനോടൊപ്പവും അക്കൗണ്ട് തുടങ്ങാൻ സാധിക്കും."

"അപ്പോൾ മറ്റ് അക്കൗണ്ടുകൾ എന്തിനാണ്?" ശില്പയുടെ സംശയം ഉണർന്നു കഴിഞ്ഞിരുന്നു.

"ശരി പറഞ്ഞു തരാം. ആദ്യം ആവർത്തന നിക്ഷേപങ്ങളെക്കുറിച്ചു തന്നെ ആയിക്കൊള്ളട്ടെ. പ്രതിമാസം നിശ്ചിത വരുമാനം ശമ്പളം, വാടക എന്നിങ്ങനെ ഉള്ളവർക്ക് ഉതകുന്നതാണ് ആവർത്തന നിക്ഷേപപദ്ധതി - ഇംഗ്ലീഷിൽ റിക്കറിങ് ഡെപ്പോസിറ്റ് (Recurring Deposit), ത്രിഫ്റ്റ് ഡെപ്പോസിറ്റ് (Thrift Deposit) എന്നീ പേരുകളിലാണ് പ്രധാനമായും ഇതറിയപ്പെടുന്നത്. നമ്മുടെ പോസ്റ്റാഫീസുകൾ കേന്ദ്രീകരിച്ചുകൊണ്ടു നടക്കുന്ന സമ്പാദ്യപദ്ധതിയിലെ മുഖ്യനിക്ഷേപങ്ങളിലൊന്ന് ഈ വിഭാഗത്തിൽപെടുന്നവയാണ്. പ്രതിമാസം ഒരു നിശ്ചിത തുക വീതം അടയ്ക്കണം. അതിന് സേവിങ്സ് ബാങ്ക് നിക്ഷേപത്തിനേക്കാൾ ഉയർന്ന ഒരു പലിശ ലഭിക്കും. കാലാവധി നിക്ഷേപത്തിനുള്ള പലിശയാണ് ഈ അക്കൗണ്ടിൽ ലഭിക്കുക. നിശ്ചിത കാലാവധിയിൽ വ്യത്യസ്ത തുകകൾ അടയ്ക്കാനനുവദിക്കുന്ന പദ്ധതികളും (Variable Deposits) പല ബാങ്കുകളും നടപ്പാക്കിവരുന്നുണ്ട്. ഈ പദ്ധതിയിൽ നമ്മൾ എത്രകാലത്തേക്ക് ചേരുന്നു എന്നതാണ് പ്രധാനം. ഒരു നിശ്ചിത കാലയളവ് തുടക്കത്തിൽ നിർണ്ണയിക്കേണ്ടതുണ്ട്. തുടക്കത്തിൽത്തന്നെ പദ്ധതിയുടെ ഒടുക്കം ലഭിക്കുന്ന തുക എത്രയായിരിക്കും എന്നും അറിയാം. ആ കാലാവധി പൂർത്തിയാക്കിയതിനുശേഷംമാത്രമേ പദ്ധതിപ്രകാരം പണം ലഭിക്കുകയുള്ളു. ഇതു Fixed Deposit Term Deposit പോലെതന്നെ കാലാവധി നിക്ഷേപമായാണ് അറിയപ്പെടുന്നത്. ഇവിടെ തുടക്ക

ത്തിൽത്തന്നെ താഴെപറയുന്ന കാര്യങ്ങൾ നിശ്ചയിക്കണം.

* അടയ്ക്കുവാനുദ്ദേശിക്കുന്ന തുക

* എത്ര കാലത്തേക്കാണ് കാലാവധി നിക്ഷേപം വേണ്ടത്.

15 ദിവസം മുതൽ 10 വർഷം വരെയുള്ള ഏതു കാലാവധിയിലേക്കും കാലാവധി നിക്ഷേപങ്ങൾ നല്കാം. സേവിങ്സ് ബാങ്ക് നിക്ഷേപങ്ങൾക്കു ലഭിക്കുന്നതിനേക്കാൾ ഉയർന്ന പലിശ ഈ നിക്ഷേപത്തിനു ലഭിക്കും. ചുരുങ്ങിയ ദിവസങ്ങൾക്ക് (ഉദാ: 15 ദിവസം, 30 ദിവസം) പൈസ നിക്ഷേപിക്കേണ്ടി വരുകയാണെങ്കിൽ സേവിങ്സ് ബാങ്കിനേക്കാൾ നിക്ഷേപകന് ആദായകരം ചെറിയ കാലാവധിക്കുള്ള കാലാവധി നിക്ഷേപമാവും.

നേരത്തെ സൂചിപ്പിച്ചതുപോലെ ഇവിടെയും നിക്ഷേപകന് ഉയർന്ന പലിശ ലഭിക്കും. പക്ഷേ, കാലാവധി പൂർത്തിയാക്കുന്നതുവരെ പണം പിൻവലിക്കുവാനാവില്ല എന്നതാണ് ഇതിലെ വിഷയം.

അപ്പോൾ കാലാവധി പൂർത്തിയാക്കുന്നതിനു മുമ്പ് പൈസയുടെ ആവശ്യം വന്നാലോ? രോഗം വരുക, അടിയന്തരമായി യാത്ര പുറപ്പെടേണ്ടിവരിക, വിദ്യാഭ്യാസച്ചെലവുകൾ എന്നിങ്ങനെയൊക്കെയുള്ള ആവശ്യങ്ങൾ വരാൻ സാദ്ധ്യതയുണ്ടല്ലോ? അത്തരം സന്ദർഭങ്ങളിൽ രണ്ടു കാര്യങ്ങൾ ചെയ്യാം." ദിനേശ് വ്യക്തമാക്കി.

"ഒന്നാമതായി നിക്ഷേപകന് അയാളുടെ നിക്ഷേപത്തുക കാലാവധിക്കുമുമ്പായി അവസാനിപ്പിക്കുവാൻ സാധിക്കും. അതു സംബന്ധിച്ച് അയാൾ ഒരു അപേക്ഷ ബാങ്കിൽ നല്കിയാൽ മതിയാകും. നിക്ഷേപം എത്ര നാൾ ബാങ്കിൽ കിടന്നുവോ അത്രയും കാലത്തേക്കുള്ള പലിശ ലഭിക്കും. ചെറിയ ഒരു പിഴപ്പലിശയും ബാങ്കുകൾ ഇത്തരം സന്ദർഭങ്ങളിൽ ഈടാക്കാറുണ്ട്.

ബാങ്കിൽ ഇട്ടിരിക്കുന്ന നിക്ഷേപത്തുകയുടെ ഒരു നിശ്ചിത ശതമാനം തുക വായ്പയായി തിരിച്ചു വാങ്ങുവാനുമുള്ള നടപടികൾ ബാങ്കുകൾ ആരംഭിച്ചിട്ടുണ്ട്. നിക്ഷേപ കാലാവധിക്കുള്ളിൽ തുക അടച്ചു തീർത്താൽ മതിയാകും. ബാങ്കിൽ നിക്ഷേപം സ്വീകരിച്ചതിനു നല്കിയ രസീതിന്റെ പിൻവശത്ത് ഒപ്പിട്ടു ബാങ്കിൽ അതു സമർപ്പിച്ചാൽമാത്രം മതിയാകും."

മാനേജർ തന്റെ കട്ടിക്കണ്ണടകൊണ്ട് ഫോറം മുഴുവനും പരി

ശോധിച്ചു. ശില്പയെ പരിചയപ്പെടുത്തിയിട്ടുള്ളത് താൻ തന്നെയാണെന്നു ദിനേശ് പറഞ്ഞെങ്കിലും അയാളുടെ ഒപ്പും കമ്പ്യൂട്ടറിലെ സ്ക്രീനിൽ തെളിഞ്ഞ ദിനേശിന്റെ ഒപ്പും തമ്മിൽ പൊരുത്തപ്പെടുന്നില്ലേ എന്നു മാനേജർ പരിശോധിച്ചു. അതിനുശേഷം അപേക്ഷാഫോറത്തിൽ ഒപ്പിട്ട് തിരികെ കൊടുത്തുകൊണ്ടു പറഞ്ഞു: "ഇത് കൗണ്ടറിൽ കൊണ്ടുപോയി കൊടുത്തുകൊള്ളു. അവർ വേണ്ട കാര്യങ്ങൾ ചെയ്തുതരും. കുറച്ചുനേരം കാത്തിരിക്കേണ്ടിവരും." ശില്പയെ നോക്കി മാനേജർ തുടർന്നു: "എല്ലാ രേഖകളും കൃത്യമായി ഉണ്ടെങ്കിൽ പരിചയപ്പെടുത്തൽ ഒഴിവാക്കാൻ മാനേജർക്കിപ്പോൾ അധികാരമുണ്ട്, കേട്ടോ."

ദിനേശിനെ നേരത്തെ പരിചയമുള്ള മാനേജർ ചോദിച്ചു: "എന്താണിപ്പോ അക്കൗണ്ടൊക്കെ തുടങ്ങാൻ." മോൾക്ക് സ്കോളർഷിപ്പ് കിട്ടിയ കഥ പറഞ്ഞുകേട്ടപ്പോൾ മാനേജർക്കു സന്തോഷമായി. സ്നേഹത്തോടെ ആശംസകൾ നേരുവാനും അദ്ദേഹം മറന്നില്ല.

"ഏതായാലും മോൾക്ക് ഇന്നിവിടെ അക്കൗണ്ട് തുടങ്ങാനായി. ഇനി ഏതാനും മാസങ്ങൾ കഴിയുമ്പോൾ ഈ രീതിയൊക്കെ മാറാൻ പോവുകയാണ്. അക്കൗണ്ടുകളെല്ലാം ഇനി കേന്ദ്രീകൃത സ്വഭാവത്തിലായിരിക്കും തുടങ്ങുക. ഇപ്പോൾ തന്നെ പല ബാങ്കുകളിലും അങ്ങനെയായിക്കഴിഞ്ഞിരിക്കുന്നു."

ദിനേശും ശില്പയും അവിടെനിന്നുമിറങ്ങി കൗണ്ടറിന്റെ മുന്നിൽ നിന്നു.

അവിടെ ഒരു ബോർഡിൽ കറന്റ് അക്കൗണ്ട് എന്ന് എഴുതിയിരിക്കുന്നത് കണ്ട് അവൾ പറഞ്ഞു: "അച്ഛൻ കറന്റ് അക്കൗണ്ട് എന്താണെന്നു പറഞ്ഞു തന്നില്ല. തൊട്ടാൽ കറന്റടിക്കുന്നതാണോ അത്?" ശില്പയുടെ ചോദ്യം കേട്ട് ഒന്നുചിരിച്ച് ദിനേശ് പറഞ്ഞു: "ഏറ്റവും അധികം ഇടപാടുകൾ ഒരു ബാങ്കിൽ നടക്കുക കറന്റ് അക്കൗണ്ടിലാണ്. പ്രധാനമായും വാണിജ്യ സ്ഥാപനങ്ങളാണ് ഇവ തുടങ്ങുക. ഇതിനു പലിശയില്ല."

4

പണം

ഇത്രയേറെ പണം ശില്പ ഒരുമിച്ചു കാണുന്നത് അപ്പോഴാണ്. നേരത്തെ കണ്ട കൗണ്ടറുകളിൽനിന്നും വേറിട്ട്, വിഭിന്നമായാണ് ക്യാഷ് നല്കുവാനും സ്വീകരിക്കുവാനും ഉള്ള കൗണ്ടർ നിർമ്മിച്ചിട്ടുള്ളത്. രണ്ടുമൂന്നു കൗണ്ടറുകളുണ്ട്. ഒരാൾ പണം വാങ്ങുക മാത്രമാണ് ചെയ്യുന്നത്. മറ്റൊരാളുടെ മുമ്പിൽ ഒരു ഇലക്ട്രോണിക് ഡിസ്‌പ്ലേ ബോർഡിൽ അക്കങ്ങൾ തെളിയുന്നു. ഒപ്പം യന്ത്രസംവിധാനത്തിൽ നിന്നുതന്നെ നമ്പർ ഉറക്കെ വിളിച്ചുപറയുകയും ചെയ്യുന്നുണ്ട്. അതിനു പ്രതികരണമുണ്ടാവുന്നില്ല എന്നു കാണുമ്പോൾ കാഷ്യർ തന്നെ നമ്പർ ഉറക്കെ വിളിക്കുന്നു.

“അച്ഛാ എന്താണ് ഈ നമ്പർ കാണിക്കുന്നതും വിളിക്കുന്നതും?” ശില്പയ്ക്ക് ആകാംക്ഷ അടക്കുവാനായില്ല.

“ഓ. അത് ടോക്കൺ നമ്പർ വിളിക്കുന്നതാണ്. കൗണ്ടറിൽ ചെക്ക്കൊടുക്കുമ്പോൾ അതു സ്വീകരിക്കുന്നയാൾ ചെക്ക് സ്വീകരിക്കുകയും ഒരു ടോക്കൺ നമ്പർ ചെക്കിൽ എഴുതുകയും ചെയ്യും. ചെക്ക് തന്നയാളെ തിരിച്ചറിയാനുള്ളത്. ചെക്കിൽ സൂചിപ്പിച്ച പണം അക്കൗണ്ടിലുണ്ടെങ്കിൽ അതു രേഖപ്പെടുത്തിയ ശേഷം ഉത്തരവാദപ്പെട്ട ഉദ്യോഗസ്ഥനു നല്കും. അയാൾ ചെക്ക് പൂർണ്ണമായും പരിശോധിക്കുകയും പണം നല്കിക്കൊള്ളുവാൻ ഉള്ള അനുമതി കാഷ്യർക്കു നല്കുകയും ചെയ്യും. അപ്പോൾ

ചെക്ക് സ്വീകരിക്കുന്ന സമയത്തു രേഖപ്പെടുത്തിയിട്ടുള്ള ടോക്കൺ വാങ്ങി ചെക്കിലെ തുക നല്കുന്നു."

ഇതിനിടെ ശില്പയുടെ അക്കൗണ്ടു തുടങ്ങിയതിന്റെ നമ്പർ കൗണ്ടർ ക്ലാർക്കു നല്കി. പണമടയ്ക്കാൻ നിർദ്ദേശിച്ചു. പണം അടയ്ക്കുവാനുള്ള കൗണ്ടറിൽ ശില്പയുടെ അക്കൗണ്ട് തുടങ്ങുവാനുള്ള പണം സ്വീകരിച്ചു. പണം കൈക്കൊണ്ട് എണ്ണിനോക്കിയശേഷം മുമ്പിലിരുന്ന ഒരു ചെറിയ ഉപകരണത്തിലിട്ട് ഒന്നുകൂടി നോക്കി. പണം എണ്ണാനുള്ള യന്ത്രം (Cash Counting Machine) ആണ് ഇത്.

"ബുക്ക് കിട്ടാൻ ഇനി കുറച്ചുനേരം കാത്തിരിക്കേണ്ടിവരും. സേവിങ്സ് ബാങ്ക് കൗണ്ടറിൽ അന്വേഷിച്ചാൽ മതി." ഇത്രയും പറഞ്ഞ് ശില്പയുടെ അക്കൗണ്ട് തുടങ്ങുവാനുള്ള ഫോറങ്ങൾ കാഷ്യറുടെ സമീപത്തുള്ള ഒരു ട്രേയിലേക്കയാൾ ഇട്ടു.

"അക്കൗണ്ട് തുടങ്ങുവാനുള്ള പണമടച്ചതിന്റെ രസീത് എന്റെ കൈവശമുണ്ട്. അതു മറ്റാരുടെയെങ്കിലും കൈവശം കൊടുത്തയച്ചാൽ പാസ് ബുക്ക് നല്കില്ലേ." അച്ഛൻ സേവിങ്സ് ബാങ്ക് കൗണ്ടറിൽ പോയി അന്വേഷിച്ചു.

അവരുടെ അനുമതി കിട്ടിയ ഉടനെ അച്ഛൻ പറഞ്ഞു "വരൂ. നമുക്ക് എന്റെ ഓഫീസിൽ പോയിരിക്കാം. മോൾ അവിടെ

ഇരിക്കൂ കുറച്ചുനേരം. ഉച്ചയ്ക്ക് ഊണിന് നമുക്കൊരുമിച്ചു പോകാം.”

അവർ ബാങ്കിൽനിന്നും ഇറങ്ങി ദിനേശിന്റെ ഓഫീസിലേക്കു തിരിച്ചു. അച്ഛന്റെ ഓഫീസുമുറിയിൽ മാറി ഒരു കസേരയിൽ അവൾ ഇരുന്നു. ബാങ്കിൽ ക്യാഷ് കൗണ്ടറിൽ വച്ചു കണ്ട പണത്തെക്കുറിച്ചായിരുന്നു അവളുടെ ആലോചന. എത്ര രൂപ അവിടെയുണ്ടാവും. ലക്ഷങ്ങൾ... പോരാ പോരാ. കോടിക്കണക്കിനു രൂപ അവിടെയുണ്ടാവും എന്ന് അവൾ ഓർത്തു.

എങ്ങനെയാണ് പണം ഉണ്ടായത്? എങ്ങനെയാണ് അതു അച്ചടിച്ചിറക്കുന്നത് എന്നൊക്കെ സംശയങ്ങൾ മനസ്സിൽ മുളപൊട്ടി. അച്ഛൻ തിരക്കിട്ട പണിയിലാണ്. ഏതായാലും മടക്കത്തിന് അച്ഛനോടു ചോദിച്ച് മനസ്സിലാക്കാം എന്നവൾ കരുതി. സാധാരണ ഓഫീസ് ക്യാന്റീനിൽ നിന്നും ഊണു കഴിക്കുന്നയാളാണ് ദിനേശ്. ശില്പയെ കൂട്ടി ഓഫീസിൽ നിന്നിറങ്ങി ഒരു ഓട്ടോറിക്ഷയിൽ കയറി.

“പണം അതൊരു വല്ലാത്ത സാധനമാണ് മോളെ. അത് ഇല്ലാതെ ഇന്ന് ജീവിതം മുന്നോട്ടു കൊണ്ടുപോകുവാനാവില്ല. പക്ഷേ, അതിനോടുള്ള ഇഷ്ടം അധികമായാൽ പിന്നെ ജീവിതത്തിന്റെ ഗതിതന്നെ മാറിപ്പോയി എന്നു വരാം. ഓരോ രാജ്യത്തിനും കറൻസികളുണ്ട്. ഇന്ത്യയ്ക്ക് രൂപ (Rupee) എന്നതുപോലെയാണ് ജപ്പാനിൽ യെൻ (Yen), യു എസ് എയിൽ ഡോളർ (Dollar) എന്നിങ്ങനെ വിവിധ കറൻസികൾ. യൂറോപ്പിലെ 17 രാജ്യങ്ങൾ അവരുടെ സ്വന്തം കറൻസികൾ പിൻവലിച്ച് യൂറോ എന്ന പേരിൽ തുടങ്ങിയ പൊതു കറൻസി പ്രാബല്യത്തിൽ വന്നത് 1999 ജനുവരി ഒന്നിനായിരുന്നു. ഇന്നു ഡോളർ കഴിഞ്ഞാൽ ഏറ്റവും കൂടുതൽ വാണിജ്യ വിനിമയം നടക്കുന്നത് യൂറോയിലാണ്. നമ്മുടെ നാട്ടിലെ കറൻസി വിനിമയം പൂർണ്ണമായും കൈകാര്യംചെയ്യുന്നത് റിസർവ്വ് ബാങ്ക് ഓഫ് ഇന്ത്യയാണ്. ലോകത്ത് എല്ലായിടത്തും ഒരുപോലെ സ്വീകാര്യങ്ങളായ കറൻസികൾ ഡോളറും യൂറോയും പൗണ്ടും മാത്രമാണ്.

ഇന്ത്യയിൽ റിസർവ്വ് ബാങ്ക് എന്നതുപോലെ എല്ലാ രാജ്യങ്ങളിലേയും കറൻസി നോട്ടുകളുടെ മാനേജ്മെന്റ് കേന്ദ്രബാങ്കിലാണ് നിക്ഷിപ്തമായിട്ടുള്ളത്. 1556 ൽ ആരംഭിച്ച സ്റ്റേറ്റ് ബാങ്ക്

ഓഫ് സ്വീഡൻ ആണത്രെ ഈ പ്രക്രിയക്കു തുടക്കം കുറിച്ചത്; ഇന്ത്യയിൽ 1770 ൽ ആരംഭിച്ച ബാങ്ക് ഓഫ് ഹിന്ദുസ്ഥാൻ ആയിരുന്നുവത്രെ തുടക്കക്കാർ." ഏതാണ്ട് ഇത്രയുമൊക്കെ പറയുന്നതിനിടെ അവർ വീട്ടിലെത്തി. ബാങ്കിലെ വിശേഷങ്ങൾ അമ്മയോടു പറയുവാൻ ശില്പ അകത്തേക്കോടിച്ചെന്നു. അച്ഛനു ഭക്ഷണം നല്കുവാനുള്ള ഒരുക്കത്തിനിടയിലാണമ്മ. എങ്കിലും തന്റെ ബാങ്കിങ് അനുഭവം അവൾ ഒരു ശ്വാസത്തിൽ അമ്മയോടു പറഞ്ഞവസാനിപ്പിച്ചു.

കഥ പറഞ്ഞുകൊണ്ടിരിക്കുന്നതിനിടെ അവൾ ഓടി അച്ഛന്റെ അടുത്തെത്തി: "രാവിലെ പലതരം നിക്ഷേപങ്ങളെപ്പറ്റി പറഞ്ഞ കൂട്ടത്തിൽ ഏതോ ഒന്ന് അച്ഛൻ പിന്നെ പറയാമെന്നു പറഞ്ഞല്ലോ."

"എനിക്ക് ഇപ്പോൾ ഓഫീസിൽ പോകണം. രാത്രി വന്നിട്ടു വിസ്തരിച്ചു പറഞ്ഞുതരാം പോരെ?" അച്ഛൻ രാത്രി എത്തി. 'ഫ്രീ' ആയി എന്നു ബോദ്ധ്യമായപ്പോൾ അവൾ അടുത്തെത്തി. ബാങ്കിങ്ങിനെക്കുറിച്ച് അറിയുന്നതിനുമുമ്പ് പണം എന്തെന്ന് അറിയണം.

പണത്തിന് പ്രധാനമായും മൂന്നു ധർമ്മങ്ങളാണ് നിർവ്വഹിക്കുവാനുള്ളത്.

(1) വസ്തുക്കൾ കൈവശം വയ്ക്കുന്നതിനും ക്രയവിക്രയം ചെയ്യുന്നതിനും ഉള്ള മാധ്യമം (A Medium of Exchange).

(2)ഉല്പന്നങ്ങൾക്കു വിലനിശ്ചയിക്കുന്നതിനും കണക്കു കൂട്ടുന്നതിനുമായുള്ള ഒരു യൂണിറ്റ് (A unit of Account).

(3)സ്വത്ത്/ധനം ഇവ സൂക്ഷിച്ചുവയ്ക്കുവാനുള്ള ഒരു ഉപാധി (A store of value).

മനുഷ്യസമൂഹത്തിന്റെ വളർച്ചയ്ക്കിടയിൽ ആവശ്യത്തിലധികമായി വിഭവങ്ങളുണ്ടായപ്പോൾ ആവശ്യക്കാർ തമ്മിൽ അവ കൈമാറാൻ തുടങ്ങി. ഇതിനെ ബാർട്ടർ (Barter) എന്നാണ് വിളിച്ചിരുന്നത്. എന്നാൽ, വസ്തുവകകളുടെ കൈമാറ്റം അപര്യാപ്തമായ സന്ദർഭത്തിലാവും പണം ഉത്ഭവിച്ചിട്ടുണ്ടാവുക.

ആദ്യകാലങ്ങളിൽ സ്വർണ്ണവും വെള്ളിയും കച്ചവടം ചെയ്തിരുന്നവർ തങ്ങൾക്ക് അവ നല്കിയിരുന്നവർക്ക് പകരമായി രേഖകൾ നല്കിവന്നിരുന്നുവെന്നും അതിന്റെ ഇന്നത്തെ

വികസിതരൂപമാണ് പണം എന്നുമാണ് വിശ്വാസം.

എന്നാൽ, ബ്രിട്ടീഷുകാരുടെ വരവോടുകൂടിയാണ് ആധുനിക ബാങ്കിങ്ങിന്റെ ആദ്യ ചുവടുകൾ ഇവിടെ ദൃശ്യമായത്. 1860 ൽ നടപ്പാക്കിയ കമ്പനി നിയമത്തെത്തുടർന്ന് ബാങ്കുകളെല്ലാം കമ്പനിനിയമത്തിന്റെ പരിധിയിലായി.

വലിയ നഗരങ്ങളിലും നാട്ടിൻപുറങ്ങളിലെ കവലകളിലും ഒക്കെ വർണ്ണാഭമായ ബോർഡുകളുമായി പ്രവർത്തിക്കുന്ന ബാങ്കുകളെ പുറമേ നിന്നുകൊണ്ടെങ്കിലും നിങ്ങൾ കുട്ടികൾ കണ്ടിട്ടുണ്ടാവും. ചിലർ, ഇന്നു നമ്മൾ പോയതുപോലെ, അച്ഛനും അമ്മയും അമ്മാവനും ഒക്കെ ഒപ്പം ബാങ്കുകളിൽ പോയിട്ടുണ്ടാവും. ചിലർക്ക് അവരുടെ സ്വന്തം പേരിൽ അക്കൗണ്ടുമുണ്ടാവും. നമ്മുടെ നാടിന്റെ സാമ്പത്തിക മേഖലയെ വളരെയേറെ സ്വാധീനിക്കുന്ന ഒരു സ്ഥാപനമാണ് ബാങ്കുകൾ എന്ന് അറിയണം. പല പേരിലും ഉള്ള ബാങ്കുകളാണ് ഇവിടെ പ്രവർത്തിക്കുന്നത്!

ബെഞ്ച് എന്നർത്ഥം വരുന്ന വാക്കിൽ നിന്നാണ് ഇന്നത്തെ ബാങ്കിങ് എന്ന വാക്ക് വളർന്നുവന്നതത്രെ. ഇറ്റലിയിലെ തെരുവോരങ്ങളിൽ വ്യാപാരികൾക്ക് കടം നല്കുവാൻ നാണയങ്ങൾ ബെഞ്ചുകളിൽ നിരത്തിവയ്ക്കുമായിരുന്നു. 'ബാങ്ക്'എന്നാണ് അതിനെ വിശേഷിപ്പിച്ചിരുന്നത്. അവിടെ നിന്നാണ് ബാങ്കിങ് വളർന്ന് ഇന്നത്തെ "ഹൈടെക്" ബാങ്കിങ്ങായി മാറിയിരിക്കുന്നത്. ആദ്യകാലഘട്ടങ്ങളിൽ പണത്തിന്റെ കരുതൽ കേന്ദ്രങ്ങൾ ദേവാലയങ്ങളിലായിരുന്നു എന്നും കരുതപ്പെടുന്നു. ഇന്ത്യയിലാവട്ടെ ബാങ്കുകൾക്ക് വേദകാലത്തോളം പഴക്കമുണ്ടെന്നാണ് വിശ്വസിക്കപ്പെടുന്നത്. ബാങ്കിങ്ങിന്റെ അടിസ്ഥാനമായ വായ്പ -നിക്ഷേപങ്ങളെപ്പറ്റിയുള്ള സൂചനകൾ *മനുസ്മൃതി*യിലുണ്ടത്രെ. പിന്നീട് പല നാട്ടുരാജ്യങ്ങളിലും വായ്പകൾ ലഭ്യമാക്കുന്ന സംവിധാനങ്ങളുണ്ടായിരുന്നു.

സാമൂഹ്യശാസ്ത്ര പഠനത്തിന്റെ ഭാഗമായി 'പണം' എന്താണെന്നു നിങ്ങൾ പഠിച്ചിട്ടുണ്ടാവും. മനുഷ്യൻ ഒരു സമൂഹജീവിയായി വളർന്നു വരുന്ന പ്രക്രിയയിലെവിടെയോ ആണ് 'പണം' കടന്നുവരുന്നത്. പണം എന്തെല്ലാമാണ് ചെയ്യുന്നത് എന്നാലോചിച്ചു നോക്കിയിട്ടുണ്ടോ. പ്രധാനമായും പണം നിർവ്വഹിക്കു

ന്നത് രണ്ടു കാര്യങ്ങളാണ്. ഒന്നാമതായി അത് ഏതു വസ്തുവിനും സേവനത്തിനും മൂല്യം നിശ്ചയിക്കുന്നു.

നിങ്ങൾക്ക് ഒരു നോട്ടുബുക്കുവേണം. അതിനെന്താണ് വില?

പത്തുരൂപ.

ഒരു പേന വേണം

എന്താണ് വില? അഞ്ചുരൂപ.

അതുപോലെ നിങ്ങൾക്ക് ബസിൽ കയറി സ്കൂളിൽ പോകണം.

അതിനെന്തു വേണം?

ടിക്കറ്റെടുക്കണം

ടിക്കറ്റിനെന്താണ് തുക?

രണ്ടുരൂപ.

മേൽപ്പറഞ്ഞ ഉദാഹരണങ്ങളിൽനിന്നും വസ്തുവിനും സേവനത്തിനും മൂല്യം നിശ്ചയിക്കുന്നതിന് പണം സഹായിക്കുന്നു എന്നു പറഞ്ഞതു മനസ്സിലായിട്ടുണ്ടാവും. അതുകൊണ്ടുതന്നെ പണത്തിനെ ഒരു അളവു മാനദണ്ഡമെന്നും കണക്കാക്കാം. (Unit of measurment of value).

അതുപോലെ ഒരു വ്യക്തിയുടെ ആസ്തി (സ്വത്ത്) എത്രയെന്നും നോക്കുന്നത് അയാളുടെ പേരിലുള്ള സ്വത്തുക്കളുടെ വില കൂട്ടിനോക്കിയാണ്.

മനസ്സിലായില്ലേ. നിങ്ങളുടെ അച്ഛന്റെ ആ പേരിൽ ഒരുവീടും ഒരു സ്കൂട്ടറും കുറേ വീട്ടുസാധനങ്ങളും ഉണ്ടെന്നു കരുതുക. നിങ്ങളുടെ വീടിന് വിറ്റാൽ കിട്ടുന്ന വില ഒരു ലക്ഷം ഉറുപ്പികയാണെന്ന് വിചാരിക്കുക. സ്കൂട്ടറിന് അയ്യായിരം രൂപ വിലയിടാം. വീട്ടുസാധനങ്ങൾക്കെല്ലാം കൂടി പതിനായിരം രൂപയും. അപ്പോൾ നിങ്ങളുടെ സമ്പത്ത് ഒരു ലക്ഷത്തി പതിനയ്യായിരം രൂപ എന്നു കണക്കാക്കാം. ഇങ്ങനെ പണത്തിന്റെ അടിസ്ഥാനത്തിലാണ് വസ്തുക്കളെയും സേവനങ്ങളെയും മാത്രമല്ല മനുഷ്യരെ പോലും ചിലപ്പോൾ വിലയിടുന്നത്.

പണത്തെ സംബന്ധിച്ചുള്ള രണ്ടാമത്തെ കാര്യം അത് കൈമാറ്റത്തിനുള്ള ഒരു ഉപാധിയാണ് എന്നുള്ളതാണ്. ഏത് കാര്യവും സേവനവും നമുക്കു വേണമെങ്കിൽ എന്തുചെയ്യും. പണം നല്കി അവ വാങ്ങും. അപ്പോൾ മൂല്യം കൈമാറ്റംചെയ്യു

ന്നത് പണം കൊണ്ടാണെന്നു കണ്ടില്ലേ. ഓരോ രാജ്യങ്ങളിലും പണത്തിന് പലതരം പേരുകളും, രൂപ ഘടനകളുമുണ്ട്.

ഇന്ത്യയിൽ രൂപ (Rupee) ആണ് പണത്തിന്റെ വിനിമയത്തിനുപയോഗിക്കുന്നത്. യു എസ് എയിൽ ഡോളറും ജപ്പാനിൽ യെന്നും, ബ്രിട്ടനിൽ പൗണ്ടുമാണ് നാണയങ്ങൾ. ഓരോ രാജ്യങ്ങൾക്കും സ്വന്തമായി ഒരു പതാകയും പേരും ഉള്ളതു പോലെ ഒരു നാണ്യവുമുണ്ടാവും. യൂറോപ്പിലെ വിവിധ രാജ്യങ്ങൾ ചേർന്ന് 'യൂറോ' എന്ന പേരിൽ പൊതുവായ ഒരു നാണ്യ വ്യവസ്ഥ ഉണ്ടാക്കിയിട്ട് ഏറെ വർഷങ്ങൾ ആയിട്ടില്ല.

ജീവികൾക്കുള്ള സ്വഭാവമെന്താണ്? എല്ലാ ജീവികൾക്കും വളർച്ചയുണ്ട്. പണം ഒരു ജീവിയല്ല. പക്ഷേ, പണവും വളരുന്നുണ്ട്. അലമാരയിൽ അടച്ചുപൂട്ടിവച്ചാൽ പണം വളരില്ല. പണം വളരാൻ എന്തുചെയ്യണം. പണം മുതൽമുടക്കണം (Investment). അതിന് ഉതകുന്ന കാര്യങ്ങളെന്തെല്ലാമെന്നു നമുക്കു പരിശോധിക്കാം.

പണത്തെ ആധാരമാക്കി പ്രവർത്തിക്കുന്ന നിരവധി സ്ഥാപനങ്ങളുണ്ട്. ഇത്തരം സേവന സ്ഥാപനങ്ങൾ (Service Industries) ലോകമെങ്ങും കാണാം. ബാങ്കുകൾ, ഇൻഷുറൻസ് കമ്പനികൾ, ഷെയർമാർക്കറ്റുകൾ എന്നിങ്ങനെ വിവിധ തരത്തിൽ അവയെ വേർതിരിച്ചിരിക്കുന്നു. നമുക്ക് ബാങ്കിന്റെ കാര്യമെടുക്കാം. പണം കരുതലോടെ സൂക്ഷിക്കാനുതകുന്നതും വ്യാപാര വാണിജ്യാവശ്യങ്ങൾക്കുപയോഗിക്കാൻ പര്യാപ്തവുമായ തരത്തിലുള്ള അക്കൗണ്ടുകൾ തുടങ്ങുക, അവയിൽ നിക്ഷേപങ്ങൾ സ്വീകരിക്കുക, വായ്പകൾ നല്കുക എന്നതാണ് ബാങ്കുകളുടെ അടിസ്ഥാന ധർമ്മം. നിക്ഷേപങ്ങൾക്കും വായ്പകൾക്കുമുള്ള പലിശനിരക്കിലെ വ്യത്യാസം (Spread) ആണ് ബാങ്കിങ് ഇടപാടുകൾ നടത്തുന്ന സ്ഥാപനത്തിന്റെ ലാഭത്തിന്റെ മുഖ്യ സ്രോതസ്സ്."

അടുത്ത് ഇറങ്ങിയ കുട്ടികളുടെ ഒരു മാസികയിൽ ഇതു സംബന്ധിച്ചു കണ്ടത് അവളോർത്തു. അന്നതു മാറ്റിവച്ചതാണ്. ഇനി അതൊന്നു വായിക്കണം.

അപ്പോൾ പലിശയില്ലാത്ത കറന്റ് അക്കൗണ്ടോ? ശരിയാണ്. കറന്റ് അക്കൗണ്ട് സാധാരണ വാണിജ്യ സ്ഥാപനങ്ങളും മറ്റു

മാണ് തുടങ്ങുക എന്നും അവയ്ക്കു പലിശയില്ല എന്നുമാണല്ലോ അച്ഛൻ പറഞ്ഞത്. "പലിശയില്ലാതെ പണമിടുന്നതുകൊണ്ട് എന്താണ് പ്രയോജനം."

"പലിശയ്ക്കു വേണ്ടി മാത്രമല്ല മോളെ പൈസ ബാങ്കിൽ നിക്ഷേപിക്കുന്നത്. വാണിജ്യ സ്ഥാപനങ്ങൾ തങ്ങൾ നല്കാനുള്ള തുകയ്ക്ക് ചെക്കുകൾ നല്കും. അതുപോലെ പ്രസ്തുത സ്ഥാപനങ്ങൾക്കും ചെക്കുകൾ ലഭിക്കും. ഇവയെല്ലാം ക്രയവിക്രയം ചെയ്യാനായിട്ടാണ് കറന്റ് അക്കൗണ്ടുകൾ. സേവിങ്സ് ബാങ്ക് അക്കൗണ്ടിൽനിന്നും വിഭിന്നമായി ഇവിടെ ഇടപാടുകളുടെ എണ്ണത്തിൽ നിയന്ത്രണമൊന്നുമില്ല. ഒരു ഉയർന്ന തുക മിനിമം ബാലൻസായി സൂക്ഷിക്കുകയും വേണം. ഇത്തരം അക്കൗണ്ടുകളിൽ ഒരു ലക്ഷം രൂപയ്ക്കു മേലെ പണം (Cash) ഇടപാടു നടത്തിയാൽ അതിന് നികുതി നല്കണം. അതുപോലെ ഓരോ അക്കൗണ്ടിലേക്കും നല്കുന്ന ഓരോ ചെക്ക്ബുക്കിനും ഒരു തുക ചുമത്തുകയും ചെയ്യും. അത്യാവശ്യം സന്ദർഭങ്ങളിൽ മേലധികാരികളുടെ കൃത്യമായ അനുമതിയോടെ നീക്കിയിരിപ്പു തുകയുടെ മുകളിൽ കടമായി തുക അനുവദിക്കാനും ഇവിടെ വ്യവസ്ഥയുണ്ട്."

ശില്പയുടെ സംശയങ്ങൾ കൂടിക്കൂടി വരുന്നതുകണ്ട് ദിനേശ് വേഗം ഇടപെട്ടു. "മതി പോയി കിടക്ക് 10 മണി കഴിഞ്ഞില്ലേ? നാളെ സ്കൂളിൽ പോകണ്ടേ?"

"നാളെ ഞായറാഴ്ചയല്ലേ? സ്കൂളില്ലല്ലോ. പക്ഷേ, പത്തുമണിക്കു ട്യൂഷനുണ്ട്." ശില്പ വീണ്ടും വർത്തമാനത്തിനു കോപ്പു കൂട്ടുന്നതു കണ്ട് ദിനേശ് ഒന്നും മിണ്ടാതെ ലൈറ്റ് ഓഫ് ചെയ്ത് മുറിയുടെ പുറത്തേക്കു നടന്നു.

5

മാമന്റെ വരവ്

നേരത്തെ ഉണരുന്ന സ്വഭാവം ശില്പ പണ്ടേ ശീലിച്ചതാണ്. എന്നാലും അന്ന് ഞായറാഴ്ച ആയതുകൊണ്ടും പത്തുമണിക്കുമാത്രമേ ട്യൂഷനു പോകേണ്ടതുള്ളു എന്നതുകൊണ്ടും കുറച്ചുനേരംകൂടി ആലസ്യത്തോടെ കിടക്കാമെന്നു കരുതിയതാണ്. അപ്പോഴതാ നിറുത്താതെയുള്ള കോളിങ് ബെൽ ശബ്ദം.

വാതിൽ തുറക്കാൻ അച്ഛൻ പോകുന്നത് മനസ്സിലാക്കിയിട്ടും തിരിഞ്ഞു കിടന്നു. പേപ്പറുകാരൻ ബില്ലുമായി വന്നതാകും.

അല്ല: മറ്റാരോ ആണല്ലോ.

വളരെ സ്നേഹത്തോടെ അച്ഛൻ സംസാരിക്കുന്നു.

അമ്മയും ഒപ്പം കൂടുന്നു.

ആരാവും?......

ഏതായാലും ഇന്നത്തെ കിടപ്പു കഴിഞ്ഞു. ഇപ്പോൾ വിളി വരും. അതിനുമുമ്പ് എഴുന്നേല്ക്കാം.

കട്ടിലിൽനിന്നും എഴുന്നേറ്റ് നേരെ ഉമ്മറത്തേക്കു പോയി.

ആരാണ് വന്നതെന്നറിയേണ്ടേ?

അവൾക്ക് സന്തോഷമായി. തന്റെ പ്രിയപ്പെട്ട രമേഷ് മാമനാണ് വന്നിരിക്കുന്നത്. അമ്മെയുടെ ഇളയ അനിയൻ. ബാങ്കിലാണ് ജോലി.

പണ്ടു മുതൽക്കേ രമേഷ് മാമൻ വന്നാൽ ആകെ ബഹളമാണ്. സിനിമകാണലും ഹോട്ടലിൽനിന്നുള്ള ഭക്ഷണവുമൊക്കെ

യാണ് ഒപ്പം ഉണ്ടാവുക. ഏട്ടൻ വീട്ടിലുണ്ടായിരുന്നപ്പോൾ എല്ലാത്തിന്റെയും പങ്കുപറ്റാൻ ഏട്ടനുണ്ടാവും. എന്തിനും ഏട്ടൻ വഴക്കുണ്ടാക്കും. മോഹൻലാലിന്റെ പടത്തിനു പോകാമെന്നു താൻ പറഞ്ഞാൽ ഏതെങ്കിലും ഹിന്ദി പടത്തിന്റെ പേരുമായി ഏട്ടൻ വരും. 'ആര്യാസി'ൽ കയറി മസാലദോശ കഴിക്കാൻ പരിപാടിയിട്ടാൽ ഏട്ടൻ ബിരിയാണി പദ്ധതിയുമായിട്ടാവും വരിക. ഇപ്പോഴേതായാലും ഏട്ടൻ ഹോസ്റ്റലിലാണല്ലോ.

രമേഷ് മാമൻ തനിക്കു സ്വന്തം. ശില്പ ആലോചിച്ചു.

"കൺഗ്രാജുലേഷൻസ് മോളെ." അപ്പോഴാണ് മാമൻ തന്നെ കണ്ടത്. "ഇന്നലെ ചേച്ചി വിളിച്ചു പറഞ്ഞു. മോൾക്കു തരാൻ

അമ്മായി ഒരു സമ്മാനം തന്നിട്ടുണ്ട്."

"രമേശാ അവൾ എണീറ്റ് പല്ലൊക്കെ തേച്ചിട്ടു വരട്ടെ. എന്നിട്ടതൊക്കെ കൊടുത്താൽ മതി." അമ്മ സ്ഥിരം രീതിയിൽ ഉടക്കിട്ടു.

മാമൻ സ്റ്റേറ്റ് ബാങ്കിലെ ഓഫീസറാണ്. ബാങ്കിന് ഇടയ്ക്കിടെ ട്രെയിനിങ്ങുണ്ടാവും. അതിനു വന്നതാണ്.

"ചേച്ചീ.... ഞാൻ രണ്ടു ദിവസമുണ്ടാവും. നാളെയും മറ്റന്നാളും ഒരു ട്രെയിനിങ്. അപ്പോൾ ഇവിടേക്കു വരുന്നതുകൊണ്ട് ഒരു കസ്റ്റമറെ ഇവിടെ കാണാമെന്നു കരുതി".

"നീ കുറേനാളായില്ലേ വന്നിട്ട്. ഇത്തവണ ഇവിടെ നിന്നാൽ മതി. ട്രെയിനിങ് കോളേജിൽ താമസിക്കേണ്ട" എന്ന് അമ്മ പറയുന്നതുകേട്ടു.

"ശരി. അങ്ങനെയാവാം" എന്ന് മാമൻ പറയുന്നതുകേട്ടപ്പോൾ ശില്പയ്ക്കു വലിയ സന്തോഷമായി.

6

എ ടി എം

പിറ്റേന്നു ട്രെയിനിങ് കഴിഞ്ഞ ഉടൻ രമേഷ് വീട്ടിലെത്തി. വൈകുന്നേരം ഭക്ഷണം പുറത്തുനിന്നും വാങ്ങിക്കൊടുക്കാം എന്ന് ശില്പയോട് രാവിലെതന്നെ ഏറ്റതാണ്. അമ്മാവനെ കാത്ത് ഇരിക്കുകയായിരുന്നു ശില്പ.

"ചേച്ചി ഞാൻ ഈ സ്കൂട്ടറെടുക്കുകയാണ്. ഇവളെയുംകൊണ്ടുപുറത്തു പോകാൻ."

ശില്പയ്ക്കു വലിയ സന്തോഷമായിരുന്നു. സാധാരണ മാമൻ വരുമ്പോൾ ഏട്ടൻ പുറകെ കൂടുന്നതാണ്. ഇത്തവണ ഏട്ടനില്ലല്ലോ.

"ചേച്ചി ഇവിടെ അടുത്ത് എ ടി എം കൗണ്ടർ എവിടെയുണ്ട്?"

"ഇവിടെനിന്നും വലത്തോട്ടു തിരിഞ്ഞാലുള്ള ജങ്ഷനിൽത്തന്നെയുണ്ട്. ഏതു ബാങ്കിന്റേതാണെന്നറിയില്ല. ഇവിടെ അതൊക്കെ ഏട്ടനല്ലേ നോക്കുന്നത്." ശില്പയുടെ അമ്മ പറഞ്ഞു.

രമേഷ് എ ടി എമ്മിനു മുമ്പിൽ വണ്ടി നിർത്തി.

"ഞാനും വരട്ടെ മാമാ?"

"ശരിക്കു പറഞ്ഞാൽ അക്കൗണ്ടുടമ മാത്രമേ പണമെടുക്കാൻ നേരം ഇതിനകത്തു കയറാൻ പാടുള്ളൂ. സാരമില്ല മോളു വന്നോളൂ."

ശില്പ ഇതുവരെ എ ടി എം കൗണ്ടറിനുള്ളിലേക്കു കയറിയിട്ടില്ല. അച്ഛൻ അകത്തുചെല്ലാൻ സമ്മതിക്കാറില്ല. നല്ല തണുപ്പ്.

"ഇതിനകത്ത് എന്തിനാ മാമാ എ സി. ആളുകൾ കുറച്ചുനേരമല്ലേ അകത്തു നില്ക്കുകയുള്ളു."

"അത് ഇടപാടുകാർക്കു വേണ്ടി മാത്രമുള്ളതല്ല. അടഞ്ഞുകിടക്കുന്ന മുറിയിൽ ചൂട് വർദ്ധിക്കാനിടയുണ്ട്. അതുകാരണം എ ടി എമ്മിലെ കമ്പ്യൂട്ടർ സിസ്റ്റത്തിനു തകരാറും വരുവാനിടയുണ്ട്. അതിനു വേണ്ടിയാണ് പ്രധാനമായും എയർകണ്ടീഷൻ ചെയ്തുവച്ചിരിക്കുന്നത്."

മാമൻ എ ടി എം മെഷീനിൽ കാർഡിടുന്നതും മെഷീനിൽ എന്തൊക്കെയോ ചെയ്യുന്നതും കൗതുകത്തോടെ അവൾ നോക്കിനിന്നു. ഒടുവിൽ ഒരു ചെറിയ ശബ്ദത്തോടെ, യന്ത്രത്തിൽത്തന്നെയുള്ള ഒരു ട്രേയിലേക്കു കുറച്ചു പണം വന്നു വീഴുന്നതും ഒപ്പം മറ്റൊരു സ്ഥലത്തുകൂടി ഒരു കടലാസു കഷണം തള്ളിവരുന്നതും അവൾ കണ്ടു.

എ ടി എം കൗണ്ടറിനു പുറത്തേക്കു അവൾ ഇറങ്ങി. അപ്പോൾ പുറത്തു രണ്ടുപേർ ക്യൂവായി നിന്നുകഴിഞ്ഞിരുന്നു.

"മോളെ ഇപ്പോൾ ഇതിനകത്തു നമ്മുടെ ഫോട്ടോ എടുത്തിട്ടുണ്ടാവും. മോൾ അറിഞ്ഞോ അത്?" മാമൻ ചോദിച്ചു.

"ഫോട്ടോയോ? ഞാനറിഞ്ഞില്ലല്ലോ എടുക്കുന്നത്. എപ്പോൾ? എങ്ങനെ."

"എ ടി എം ഉപയോഗിക്കുന്നതിലെ സുരക്ഷിതത്വത്തിനായി ഏർപ്പെടുത്തിയിരിക്കുന്ന സംവിധാനമാണിത്. പണമെടുക്കാൻ

വരുമ്പോൾ മുമ്പിൽ നില്ക്കുന്നയാളുടെ ചിത്രം ക്യാമറ എടുക്കും. കാർഡ് മോഷ്ടിച്ചോ മറ്റോ പണമെടുക്കാൻ ശ്രമിച്ചാൽ ആളെ കണ്ടുപിടിക്കാൻ ഇതു സഹായകമാവും."

"മാമന്റെ കാർഡുപയോഗിച്ച് എനിക്കു പണമെടുക്കാൻ പറ്റുമോ?"

"ഇല്ല. കാർഡ് ഒരിക്കലും കൈമാറ്റം ചെയ്യാൻ പാടില്ല. മാത്രവുമല്ല ഉപയോഗിക്കുന്നയാൾ രഹസ്യ കോഡ് (Password) അടിച്ചാൽ മാത്രമേ പണമെടുക്കുവാനാവുകയുള്ളു, ഞാനിപ്പോൾ ചെയ്തതു കണ്ടില്ലേ. രഹസ്യകോഡ് അടിച്ചുകഴിയുമ്പോൾമാത്രമേ പണം എടുക്കുവാനും മറ്റും യന്ത്രം അനുവദിക്കുകയുള്ളു. ആവശ്യത്തിനുവേണ്ട പണം നമ്മുടെ ബാങ്ക് അക്കൗണ്ടിലുണ്ടാവണം. ഇതിനെ ഡെബിറ്റ് കാർഡ് (Debit Card) എന്നാണ് പറയുക. ബാങ്കിൽ പണമില്ലെങ്കിലും പണം എടുക്കുവാനും സാധനങ്ങൾ വാങ്ങുവാനും സഹായിക്കുന്ന കാർഡാണ് ക്രെഡിറ്റ് കാർഡ് (Credit Card). മിക്ക ബാങ്കുകളും ഈ സേവനം നല്കുന്നുണ്ട്. ലോകത്ത് ആകെ ക്രെഡിറ്റ് കാർഡ് പ്രധാനമായും കൈകാര്യം ചെയ്യുന്നതു രണ്ടു കമ്പനികളാണ്. അവയുടെ കാർഡാണ് 'മാസ്റ്റർ' കാർഡും 'വിസ' കാർഡും.

കടമായി പണം എടുക്കുന്നതിനും സാധന സാമഗ്രികൾ വാങ്ങുന്നതിനും ക്രെഡിറ്റ് കാർഡുവഴി സാധിക്കും. എ ടി എമ്മിൽ നിന്നും പണം എടുക്കുന്നതിനും ഇതേ കാർഡുപയോഗിക്കാം. ബാങ്കുകൾ വഴിയാണ് ഇവയിൽ പലതും പ്രവർത്തിക്കുന്നത്. ചില കമ്പനികൾ തങ്ങളുടെ ഉല്പന്നങ്ങൾ വിറ്റഴിക്കുന്നതിന് ഇത്തരം ക്രെഡിറ്റ് കാർഡ് കമ്പനികളുമായി കരാർ ഉണ്ടാക്കുകയും ക്രെഡിറ്റ് കാർഡ് വഴി സാധനങ്ങൾ വാങ്ങുമ്പോൾ വിലക്കുറവുൾപ്പെടെയുള്ള ആനുകൂല്യങ്ങൾ നൽകുകയും ചെയ്യുന്നു."

"അതുകൊള്ളാമല്ലോ മാമാ. നമുക്ക് സാധനങ്ങൾ ലാഭത്തിനു കിട്ടുമല്ലോ?"

"ശരിയാണ്. പൈസ അപ്പോൾ കൊടുക്കേണ്ടതില്ല. കൃത്യമായി പ്രതിമാസ ഇടവേളകളിൽ കമ്പനിയിൽനിന്നും കണക്ക് (Statement) ലഭിക്കുമ്പോൾ തുക നല്കിയാൽ മതിയാകും. ഗഡുക്കളായി പണം നല്കുന്ന സംവിധാനങ്ങളുമുണ്ട്."

“അപ്പപ്പോൾ കാശു കൊടുക്കാതെ സാധനങ്ങൾ വാങ്ങിക്കാവുന്ന ഈ പരിപാടി കൊള്ളാമല്ലോ മാമാ.” ശില്പയ്ക്ക് ഈ സംവിധാനം നല്ലവണ്ണം ഇഷ്ടപ്പെട്ടതുപോലെ.

“ശരിയാണ്. വികസിത രാജ്യങ്ങളിലെല്ലാം വാങ്ങലും വിൽക്കലുമെല്ലാം ഏറെയും നടക്കുന്നത് ക്രെഡിറ്റ് കാർഡുകൾ

വഴിയാണ്. കറൻസിനോട്ടുകളുടെ വിനിമയം വഴിയല്ല. അതുകൊണ്ടുതന്നെ കള്ളനോട്ടുകളുടെ ഉപയോഗം നിയന്ത്രിക്കുവാൻ കഴിയുന്നുമുണ്ട്. ക്രെഡിറ്റ് എന്നത് കടത്തെയാണ് സൂചിപ്പിക്കുന്നത് എന്നതിനാൽ മിക്കവരും കടത്തിലാണ് ജീവിക്കുന്നത് എന്നതു മറ്റൊരു കാര്യം.

ഇനി ഡെബിറ്റ് കാർഡ് എന്താണെന്നോ?

ഇപ്പോൾ എ ടി എമ്മിൽനിന്നും പണം എടുത്തില്ലേ. അത് ഡെബിറ്റ് കാർഡ് (Debit Card) എന്ന ഗണത്തിൽപെടുന്നതാണ്. അതിനർത്ഥം നമ്മുടെ അക്കൗണ്ടിൽ ഉള്ള തുകയാണ് ഇപ്പോൾ പിൻവലിച്ചത് എന്നാണ്. ബാങ്കിൽ നമ്മുടെ അക്കൗണ്ടിലുള്ള തുക എങ്ങനെയാണ് എ ടി എമ്മിൽനിന്നും പൈസ എടുക്കുന്ന ഉടനെ കുറയുന്നത്?" ശില്പയ്ക്ക് വലിയ അത്ഭുതമായി ഈ വിവരം കേട്ടപ്പോൾ. "അതറിയണമെങ്കിൽ കുറച്ചേറെയുണ്ട് പറയാൻ. രാത്രി വീട്ടിലെത്തിയിട്ട് പറഞ്ഞുതരാം. ഇപ്പോൾ എവിടെനിന്നാണ് ഭക്ഷണം കഴിക്കേണ്ടത് എന്നു പറയൂ. പുതിയ ഹോട്ടലുകൾ വല്ലതും വന്നിട്ടുണ്ടോ?"

"ഉണ്ട് മാമാ പുതിയ ഒരു ചൈനീസ് ഹോട്ടൽ വന്നിട്ടുണ്ട്. 'സിസ്‌ലർ' അവിടെ പോകാം."

"എന്നാൽ ശരി." രമേശ് വണ്ടി സ്റ്റാർട്ടു ചെയ്തു.

7

ബാങ്കുകളുടെ ചരിത്രം

ഹോട്ടലിൽ ചെന്നിരുന്ന് അവൾ വേണ്ടതെല്ലാം ഓർഡർ ചെയ്തു. സൂപ്പും കഴിച്ചിരിക്കെ അവൾ മാമനെ ബാങ്കിങ് ചർച്ച യിലേക്കു വീണ്ടും കൊണ്ടുപോയി.

“ജനങ്ങളുടെ സമ്പത്ത് സൂക്ഷിക്കുന്ന കേന്ദ്രങ്ങളായിരുന്നു ആദ്യകാലത്ത് ബാങ്കുകൾ.” രമേശ് പറഞ്ഞുതുടങ്ങി. “ഇടയ്ക്കി ടെയുണ്ടാവുന്ന യുദ്ധങ്ങളും ചെറു ചെറു പോരാട്ടങ്ങളും സമ്പ ത്തിന്റെ സംരക്ഷണത്തിന്റെ ആവശ്യകത വർദ്ധിപ്പിച്ചു. ആരാധ നാലയങ്ങൾ ഇതിനുള്ള കേന്ദ്രങ്ങളായി. ആരാധനാലയങ്ങൾക്ക് ലഭ്യമായിരുന്ന ശക്തമായ കാവൽ സംവിധാനങ്ങൾ കാരണ മാണ് ഇതുണ്ടായത്. അതുപോലെ ആരാധനാലയങ്ങളിലെ പൂജാ രിമാർക്കും മറ്റു ജീവനക്കാർക്കും വലിയ വിശ്വാസ്യതയും ഉണ്ടാ യിരുന്നു. എന്നാൽ, കാലക്രമേണ സമ്പത്ത് സൂക്ഷിക്കുന്ന കേന്ദ്ര ങ്ങൾ എന്ന നിലയിൽ ഇവയും ആക്രമണങ്ങൾക്കു വിധേയമാ വാൻ തുടങ്ങി. സമ്പത്തും പണവും സൂക്ഷിക്കുവാനുള്ള പ്രത്യേക കേന്ദ്രങ്ങൾക്കായുള്ള ആവശ്യകതയും അതുമൂലം വർദ്ധിച്ചുവരാൻ തുടങ്ങി.”

മ്, ഇതുതാൻ വായിച്ചതാണ്. ശില്പ മനസ്സിൽ പറഞ്ഞു.

“റോമാക്കാരാണ് ആരാധനാലയങ്ങളിൽനിന്നും പണമിട പാടിനെ മാറ്റി നിർത്തുന്നതിനു തുടക്കമിട്ടത്. പലിശയ്ക്കു കടം കൊടുക്കുന്നവർ ഇക്കാലത്താണ് വളരാൻ തുടങ്ങിയത്. കടം

വീട്ടുന്നതിൽ വീഴ്ച വരുത്തുന്നവരുടെ സ്വത്ത് കണ്ടുകെട്ടുന്നതിന് ഇത്തരം പണമിടപാട് സ്ഥാപനങ്ങൾക്ക് അധികാരം നല്കുന്ന രീതി ജൂലിയസ് സീസർ നടപ്പാക്കുകയുംചെയ്തു. കടംവാങ്ങുന്നവനും നല്കുന്നവനും തമ്മിലുള്ള ബന്ധത്തിൽ കാതലായ മാറ്റമുണ്ടാക്കുവാൻ ഇത് ഇടയാക്കി. കടം നല്കിയ ആളുടെയും വാങ്ങിയ ആളുടെയും അനന്തര തലമുറയിലേക്ക് ഋണബാദ്ധ്യത കൈമാറുന്ന രീതിയായിരുന്നു അതുവരെ പ്രാബല്യത്തിലുണ്ടായിരുന്നത്. ഏതെങ്കിലും ഒരു കുടുംബം അന്യം നില്ക്കുന്നതുവരെയോ കടമവസാനിപ്പിക്കുന്നതുവരെയോ തുടരുന്നതായിരുന്നു ഈ ഏർപ്പാട്.

ഇന്നത്തെ നിലയ്ക്കുള്ള ബാങ്കുകൾ ഉണ്ടായത് പിന്നീടാണ്. ബാങ്കുകൾക്ക് ശാഖകൾ ഉണ്ടായി. വ്യാപാരവും വാണിജ്യവും രാജ്യാതിർത്തികൾക്കപ്പുറത്തേക്കു വ്യാപിപ്പിച്ചപ്പോൾ മെച്ചപ്പെട്ട വിനിമയ സൗകര്യത്തിനായി ബാങ്കുകളുടെ പ്രവർത്തനങ്ങളിലും മാറ്റങ്ങൾ ഉണ്ടായി. പിന്നീട് ബാങ്കുകൾക്ക് ശാഖകൾ ഉണ്ടാവാൻ തുടങ്ങി. ഏകീകൃതമായ നടപടി ക്രമങ്ങളുടെ അടിസ്ഥാനത്തിലാണ് പിന്നീട് ബാങ്കുകൾ പ്രവർത്തിക്കുവാൻ തുടങ്ങിയത്."

ഇത്രയുമായപ്പോഴേക്കും ഓർഡർചെയ്ത ഭക്ഷണം എത്തി. വീട്ടിൽ അമ്മയുണ്ടാക്കുന്നതിലും വ്യത്യസ്തമാണ് ഹോട്ടലിലെ ഭക്ഷണം. അവരിരുവരും ആഹാരത്തിലേക്കു തിരിഞ്ഞു. ഭക്ഷണം കഴിക്കുമ്പോൾ വർത്തമാനം പറയരുത് എന്ന ശീലം ശില്പയെ അച്ഛൻ കുട്ടിക്കാലത്തേ പഠിപ്പിച്ചതാണ്. വീട്ടിൽ മടങ്ങിയെത്തിയ ഉടനെ നേരത്തെ അവസാനിപ്പിച്ച ഭാഗത്തെക്കുറിച്ചുപറയുവാൻ അവൾ രമേശിനോടു പറഞ്ഞു.

"ബാങ്കുകൾ കണക്കുകൾ ലഡ്ജറുകളിൽ (കണക്കുപുസ്തകങ്ങൾ) സൂക്ഷിക്കുവാൻ തുടങ്ങി. ആരുടെ അക്കൗണ്ട് തുടങ്ങുമ്പോഴും അതു നിക്ഷേപമോ, വായ്പയോ ആയിക്കൊള്ളട്ടെ. അതിന്റെ വിശദവിവരങ്ങൾ അടങ്ങുന്നതാവും അക്കൗണ്ട്. അക്കൗണ്ടിന്റെ തലഭാഗത്ത് (Account Head) തുടങ്ങുന്നയാളിന്റെ പേര്, മേൽവിലാസം എന്നിവയ്ക്കൊപ്പം ബാങ്ക് ഒരു അക്കൗണ്ട് നമ്പരും നൽകും. നിക്ഷേപവും, വായ്പയും എല്ലാം

പ്രത്യേകം രേഖപ്പെടുത്തും. പണം നിക്ഷേപിക്കുന്നതും തിരിച്ചെടുക്കുന്നതും നീക്കിയിരുപ്പും (Balance) ഒറ്റനോട്ടത്തിൽത്തന്നെ അക്കൗണ്ടുടമയ്ക്കു മനസ്സിലാകും. അതിനായി അയാൾക്ക് ഈ ലഡ്ജറിന്റെ പകർപ്പ് പാസ്ബുക്ക് എന്ന രൂപത്തിൽ നല്കുകയും ചെയ്തിരുന്നു. ഈ പാസ് ബുക്കാണ് യഥാർത്ഥത്തിൽ ഈ അക്കൗണ്ടുടമയെ തിരിച്ചറിയുവാനുള്ള ഘടകം (Identity)."

"ഇന്നലെ ഞാൻ ഒരു അക്കൗണ്ട് തുടങ്ങി. അതിനു പാസ് ബുക്കു കിട്ടിയില്ലല്ലോ മാമ."

"അത് അവർ എഴുതിവച്ചിട്ടുണ്ടാവും. അപ്പോൾ വാങ്ങണ്ട പിന്നീടാവാം എന്നു കരുതി അച്ഛൻ വേഗം പോന്നതാവും."

"ഞാൻ ഇതാ വരുന്നേ." ശില്പ അവിടെനിന്നും നേരെ അച്ഛന്റെ അടുത്തേക്ക് ഓടി. കൈയിൽ ഒരു ചെറിയ പുസ്തകവുമായി അവൾ ഓടിവന്നു. "ശരിയാണ് മാമാ. അച്ഛൻ ഇന്നലെ ഉച്ചയ്ക്കുശേഷമാണ് ഇതു വാങ്ങിയത്." അവൾ അതു തുറന്നുനോക്കി. തന്റെ മാമൻ പറഞ്ഞു തന്നതെല്ലാം ശരിയല്ലേ എന്നു പരിശോധിച്ചു. ആദ്യ പേജിൽത്തന്നെ അവളുടെ ഫോട്ടോയും ഒട്ടിച്ചിട്ടുണ്ട്.

"എല്ലാം ശരിതന്നെ." അവൾ സന്തോഷത്തോടെ അമ്മാവന്റെ മുഖത്തേക്കു നോക്കി.

"പക്ഷേ, ഞാൻ ബാങ്കിൽ ചെന്നപ്പോൾ അവർ പുസ്തകങ്ങളിലും ഒന്നും എഴുതുന്നതു കണ്ടില്ലല്ലോ. കമ്പ്യൂട്ടറിൽ എന്തൊക്കെയോ രേഖപ്പെടുത്തുകയായിരുന്നുവല്ലോ?"

"അതേ, ഇപ്പോൾ ബാങ്കുകൾ പുസ്തകരൂപത്തിലുള്ള ലഡ്ജറുകളോടു വിടപറഞ്ഞിരിക്കുന്നു. കമ്പ്യൂട്ടറിലൂടെയാണ് എല്ലാ കാര്യങ്ങളും നിയന്ത്രിക്കുന്നത്. അതു പിന്നെ പറഞ്ഞുതരാം. എനിക്ക് ഇപ്പോൾ കുറച്ചു പണിയുണ്ട്."

"ശരി മാമാ, അരമണിക്കൂർ കഴിഞ്ഞു ഞാൻ വരാം. പറഞ്ഞു തന്ന കഥ പൂർത്തിയാക്കണ്ടേ?"

ശില്പ തന്നെ വിടാൻ ഭാവമില്ല എന്നു മനസ്സിലാക്കിയ രമേഷ് പറഞ്ഞു. "ശരി."

8

സാങ്കേതികവിദ്യയുടെ വരവ്

പറഞ്ഞതുപോലെ കൃത്യമായി ശില്പ രമേഷിനു മുമ്പി ലെത്തി "പറയൂ മാമാ."

"മോളെ, നിങ്ങളൊക്കെ കമ്പ്യൂട്ടർ എങ്ങനെയാണ് ഉപയോ ഗിക്കേണ്ടത് എന്നത് സ്കൂളിൽ നിന്നും, അല്ലാതെയും ഒക്കെ പഠിക്കുന്നവരല്ലേ? എന്നാൽ ഈ ഒരു അവസ്ഥ ഇവിടെ ഉണ്ടാ യിട്ട് ഏറെ കാലമൊന്നുമായിട്ടില്ല. കമ്പ്യൂട്ടറുകൾ വ്യാപകമായി ഉപയോഗിക്കുവാനാരംഭിച്ചപ്പോൾ നമ്മുടെ സാമ്പത്തിക മേഖ ലയിൽ അതിനു പെട്ടെന്ന് സ്വാധീനം നേടിയെടുക്കുവാനായി. ബാങ്കിങ്, ഇൻഷ്വറൻസ്, ഷെയർമാർക്കറ്റ് എന്നിങ്ങനെ സാധാ രണ ജനങ്ങളുമായി ബന്ധപ്പെടുന്ന പല മേഖലകളിലും കമ്പ്യൂ ട്ടറുകൾ ഉപയോഗിക്കുവാൻ തുടങ്ങി. വിദേശരാജ്യങ്ങളിലായി രുന്നു ഇവയുടെ പ്രവർത്തനങ്ങളാരംഭിച്ചത്. കഴിഞ്ഞ ഏതാനും വർഷങ്ങളായി നമ്മുടെ നാട്ടിലും ആധുനിക സംവിധാനങ്ങൾ കടന്നുവന്നു കഴിഞ്ഞു. കമ്പ്യൂട്ടറുകളുടെ വലിപ്പം കുറഞ്ഞവ രുന്നതിനൊപ്പം അതിന്റെ ഉപയോഗത്തിലെ വ്യാപ്തിയും ശേഷിയും വർദ്ധിപ്പിക്കുകയായിരുന്നു."

"മാമാ ഇന്നലെ ബാങ്കിൽ അക്കൗണ്ട് തുടങ്ങുവാനായി ചെന്നപ്പോൾ ഇപ്പോൾ "കോർ" ബാങ്കിങ് ആണ് എന്നു അച്ഛൻ പറയുന്നതുകേട്ടു. എന്താണത്?"

"ശരിയാണ് കേന്ദ്രീകൃതമായ അവസ്ഥയിൽ പ്രവർത്തിക്കുന്ന ബാങ്കുകളെയാണ് കോർബാങ്ക് (Core) എന്നു വിശേഷിപ്പിക്കുന്നത്. കോർ എന്ന പദത്തിലെ ഓരോ അക്ഷരവും ഉപയോഗിച്ച് അതിനെ വിശദീകരിച്ചുതരാം. ഇത് ഒരു സാങ്കേതികപദമല്ല. പക്ഷേ, പ്രചാരത്തിലുള്ള ഒന്നാണ് എന്നുമാത്രം. കേന്ദ്രീകൃത ഡാറ്റാ ബേസിന്റെ അടിസ്ഥാനത്തിൽ പ്രവർത്തിക്കുന്ന ബാങ്ക് എന്നാണർത്ഥം. ശരി, ഏതാണ് ആദ്യത്തെ അക്ഷരം."

"C" ശില്പ പറഞ്ഞു.

"C' ഉപയോഗിച്ച് കുറേ വാക്കുകൾ പറയൂ. അല്ലെങ്കിൽ വേണ്ട, ഞാൻ തന്നെ പറയാം."

"കേന്ദ്രീകൃതം എന്നർത്ഥം വരുന്ന Centrally എന്നാണ് അത്. മുമ്പ് ശാഖകളിലായിരുന്നു അക്കൗണ്ടു സംബന്ധിച്ച വിവരങ്ങൾ സൂക്ഷിച്ചിരുന്നതെങ്കിൽ ഇപ്പോൾ അത് കേന്ദ്രീകൃതമാണ്. അതായത് എല്ലാ ശാഖകളിലേക്കും വിവരങ്ങൾ (Data) ഒരുമിച്ച് ഒരു സ്ഥലത്തു സൂക്ഷിച്ചു വച്ചിരിക്കുന്നു എന്ന്. വിവരങ്ങൾ (Data) കമ്പ്യൂട്ടറുകളിലാണ് സൂക്ഷിച്ചു വച്ചിട്ടുള്ളത്. ഇതിനായുള്ള വലിയ ശേഷിയുള്ള കമ്പ്യൂട്ടറുകളെ സർവർ (Server) എന്നാണ് വിശേഷിപ്പിക്കുന്നത്. ഇങ്ങനെയുള്ള സർവറുകളിലേക്ക് ഇന്റർനെറ്റ് സംവിധാനത്തിന്റെ സഹായത്തോടെ ബാങ്കുശാഖകളിൽനിന്നും എ ടി എമ്മിൽനിന്നും ഇന്റർനെറ്റ് ബാങ്കിങ് സ്വീകരിച്ചവരുടെയും എല്ലാം ഇടപാടുകൾ നടത്തുന്നു. ഇതാണ് കോർ ബാങ്കിന്റെ ഒരു ഘടകം. 'E' എന്ന അവസാന വാക്ക് ഇലക്ട്രോണിക്കിനെ സൂചിപ്പിക്കുന്നു. ഇലക്ട്രോണിക് സംവിധാനങ്ങൾ ഉപയോഗിച്ചാണ് പ്രതിദിനം ലക്ഷോപലക്ഷം ഇടപാടുകൾ ഇതുവഴി നടക്കുന്നത്.

"ഇനിയുമുള്ളത് 'O' യും 'R' ഉം അല്ലേ മാമാ?" "ഈ രണ്ട് അക്ഷരങ്ങളും മനസ്സിലാക്കാൻ അല്പം സാങ്കേതികമായ അറിവു വേണമെന്നു തോന്നുന്നു. ഞാൻ അത് ഇങ്ങനെ പറയാം. O എന്നത് Online എന്നും R എന്നത് Real Time എന്നും വായിക്കാം."

"Online എന്നാൽ എന്തെന്ന് എനിക്ക് അറിയാം. എന്റെ സ്കോളർഷിപ്പിനുള്ള അപേക്ഷ സമർപ്പിച്ചത് ഓൺലൈനിലാണ് എന്നാണ് അച്ഛൻ പറഞ്ഞത്. അതു ചെയ്യുമ്പോൾ ഞാൻ

അച്ഛന്റെ ഒപ്പമുണ്ടായിരുന്നു. കമ്പ്യൂട്ടർ സഹായത്തോടെ നേരിട്ടു നടത്തുന്ന സംവിധാനമല്ലേ അത്?"

"മിടുക്കി. അപ്പോൾ Real Time എന്താണെന്നു കൂടി മോൾക്കു പെട്ടെന്നു മനസ്സിലാവും. ഞാൻ പറഞ്ഞുതരാം. മോൾക്ക് കുറച്ചു പണം വേണം. അതിനായി ഞാൻ എന്റെ ഒരു ചെക്ക് ശില്പയ്ക്കു തന്നു എന്നു കരുതുക. ശില്പയ്ക്കു ആ തുക ലഭിക്കണമെങ്കിൽ സ്വന്തം അക്കൗണ്ടിൽ ഉൾപ്പെടുത്തുവാനായി ബാങ്കിൽ കൊണ്ടുകൊടുക്കുകയാണ് ചെയ്യേണ്ടത്. ബാങ്കിൽ കൊണ്ടുകൊടുക്കുമ്പോൾ അന്നുതന്നെ പണം വേണമെന്നു കരുതൂ. അപ്പോൾ മോളുടെ അക്കൗണ്ടുള്ള ബാങ്ക് ചെയ്യുക, സ്വന്തം പണം എടുത്തു തരിക എന്നാണ്. അതിനായി ചെറിയ ഒരു തുക വസൂലാക്കുകയും ചെയ്യും. ഡിസ്കൗണ്ട് ചെയ്യുക പർച്ചേസ് ചെയ്യുക എന്നൊക്കെ അതിനു പറയും. പിന്നീട് എന്റെ ചെക്ക്, എന്റെ ബാങ്കിലേക്ക് തപാൽ വഴിയോ കൊറിയർ വഴിയോ അയച്ച് ശില്പയുടെ ബാങ്ക് ഈ തുക ശേഖരിക്കുകയും ചെയ്യും."

"അപ്പോൾ കുറേസമയം പോവില്ലേ?"

"ശരിയാണ്. ഈ സന്ദർഭത്തിലാണ് Real Time പ്രസക്തമാവുന്നത്. എപ്പോൾ ഇവിടെ തുക വരവു വയ്ക്കുന്നോ, അപ്പോൾ തന്നെ മറ്റേ അക്കൗണ്ടിൽ ഈ തുക കുറവു ചെയ്യപ്പെടുകയുമാണ് Real Time ൽ സംഭവിക്കുന്നത്. കാലവിളംബം കൂടാതെ ബാങ്കിങ് ഇടപാടുകൾ നടത്തുവാൻ വേണ്ടി വികസിപ്പിച്ചെടുത്തതാണ് ഈ രീതി. വിവര-സാങ്കേതിക വിദ്യയുടെ സഹായത്തോടെയാണ് പൈസയുടെ കൈമാറ്റം ഇങ്ങനെ ലളിതവല്ക്കരിച്ചിരിക്കുന്നത്.

മോൾക്കൊരു കാര്യമറിയാമോ? ലോകത്ത് വിവര സാങ്കേതികവിദ്യ ഏറ്റവും വ്യാപകമായി ഉപയോഗിക്കുന്നത് സാമ്പത്തിക മേഖലയിലാണ്. ഓഹരി കമ്പോളവും ബാങ്കിങ്ങും, ഇൻഷുറൻസും എല്ലാം ഇന്നു സാങ്കേതിക വിദ്യയുടെ സഹായത്തോടെയാണ് പ്രവർത്തിക്കുന്നത്. കണക്കുകൂട്ടലുകളിൽ ഉണ്ടാകുന്ന ആവർത്തന പ്രക്രിയകളെ വളരെ എളുപ്പത്തിലാക്കുവാനും തുക കൈമാറ്റംചെയ്യുന്നത് വേഗത്തിലാക്കുവാനും ഇതുവഴി കഴിയുന്നു. കണക്കുകൂട്ടലിലെ ഒരു പ്രധാന ഘടകം കൃത്യതയല്ലേ? ഇത്തരത്തിൽ കമ്പ്യൂട്ടറുകളുടെ സഹായത്തോടെ

കാര്യങ്ങൾ നടക്കുന്നതുകൊണ്ട് അവയിലെ കൃത്യത ഉറപ്പുവരുത്തുവാനും സാധിക്കുന്നു. ബാങ്കിങ് സംവിധാനം ജനകീയവല്ക്കരിക്കുവാനും ഇത് ഇടയാക്കി.

നമ്മുടെ ബാങ്കിങ് സംവിധാനത്തിൽ കഴിഞ്ഞകാലങ്ങൾക്കിടയിൽ ഏറ്റവും വലിയ കുതിച്ചുചാട്ടം ഉണ്ടായത് വിവരസാങ്കേതിക വിദ്യയുടെ കടന്നുവരവോടെയാണ്. പണ്ട് കണക്കുകൾ പുസ്തകങ്ങളിൽ സൂക്ഷിച്ചിരുന്ന കാലത്ത് അക്കൗണ്ടുകൾ കൈകാര്യംചെയ്യുന്നത് അത്ര എളുപ്പമായിരുന്നില്ല. സർക്കാർതന്നെ സാമ്പത്തികമായ ഉൾപ്പെടുത്തൽ (Financial inclusion) എന്ന പേരിൽ ഇന്ത്യയിലെ ജനങ്ങളെയാകെ ബാങ്കിങ്ങിന്റെ പരിധിയിൽ കൊണ്ടുവരുന്നതിനായി ശ്രമിച്ചുവരികയാണ്. ഇതിനായി അടിസ്ഥാനപരമായ അക്കൗണ്ട് (ജനപ്രിയ അക്കൗണ്ട് - No Frills Account) എന്ന ഒന്ന് ആർക്കും തുടങ്ങാം. (സീറോ ബാലൻസ് അക്കൗണ്ട് എന്നും ഇതിനെ വിശേഷിപ്പിക്കുന്നു). ഇതുവഴി സാധാരണക്കാർക്ക് സർക്കാർ നല്കുന്ന ആനുകൂല്യങ്ങളെല്ലാംതന്നെ ഇടത്തട്ടുകാരുടെ സഹായം ഇല്ലാതെ, അവരുടെ ചൂഷണത്തിൽനിന്നും രക്ഷനേടിക്കൊണ്ട് നടത്തുവാനാവും. ഇതൊക്കെ സാധിക്കുവാനായത് ബാങ്കിങ് രംഗം വിവര സാങ്കേതിക വിദ്യയുടെ സഹായത്തോടെ വികസിച്ചതുകൊണ്ടു മാത്രമാണ്.

“അതുപോലെ മുമ്പ് ബാങ്കുകൾ നിശ്ചിതസമയത്തു മാത്രമേ പ്രവർത്തിച്ചിരുന്നുള്ളു. രാവിലെ 10 മണി മുതൽ 2 മണിവരെ മാത്രം. ശനിയാഴ്ചകളിൽ ഉച്ചയ്ക്ക് 12 മണിവരെയും. എന്നാൽ, ഇന്ന് ഉപഭോക്താക്കൾക്കായി ബാങ്കനുവദിച്ചിട്ടുള്ള പ്രവർത്തനസമയം വർദ്ധിച്ചു എന്നു മാത്രമല്ല ഇന്റർനെറ്റ് ബാങ്കിങ്ങും മൊബൈൽ ബാങ്കിങ്ങും, എ ടി എമ്മും എല്ലാമായി ദിവസത്തിൽ 24 മണിക്കൂറും ഇപ്പോൾ ബാങ്കിങ് സേവനം പ്രയോജനപ്പെടുത്താമെന്നു വന്നിരിക്കുന്നു. ശരി മോളെ ഞാനിനി ഉറങ്ങട്ടെ. നാളെ രാവിലെ ട്രെയിനിങ് സെന്ററിലെത്തുവാനുള്ളതാണ്.”

“മാമാ എനിക്ക് ഒടുവിൽ പറഞ്ഞ എ ടി എം ഉൾപ്പെടെയുള്ള ആധുനിക സങ്കേതങ്ങളെക്കുറിച്ചു പറഞ്ഞുതരുന്നത് എപ്പോഴാണ്?”

“ഇപ്പോൾ കുറേ കാര്യങ്ങൾ ഞാൻ പറഞ്ഞുതന്നില്ലേ. അതിന്റെ അടിസ്ഥാനത്തിൽ മോളുതന്നെ ഇവയെ മൂന്നിനേയും കുറിച്ച് ഒരു കുറിപ്പുണ്ടാക്കിത്തരണം. അതിനു പറ്റുന്ന ഒരു പുസ്തകം ഞാൻ തരാം” എന്നു പറഞ്ഞ് ബാഗു തുറന്ന് ഒരു പുസ്തകമെടുത്ത് ശില്പയുടെ നേരെനീട്ടി.

“ഇതിനു പുറമെ ഇന്റർനെറ്റിലൂടെയും കൂടുതൽ വിവരങ്ങളറിയാമല്ലോ.”

“അയ്യോ.... എനിക്ക് അതൊന്നും പറ്റില്ല മാമാ.”

“അതുപോരാ മോളെ. സ്കോളർഷിപ്പൊക്കെ കിട്ടിയ വലിയ ആളല്ലേ. ഇങ്ങനെ പറയരുത്. ഏതു വെല്ലുവിളിയും ഏറ്റെടുക്കണം കേട്ടോ..... Good Night” എന്നു പറഞ്ഞ് ലൈറ്റ് ഓഫ് ചെയ്ത് രമേഷ് തന്റെ കട്ടിലിന് അരികിലേക്കു നീങ്ങി.

9

ആധുനിക ബാങ്കിങ്

ഏതായാലും മാമൻ പറഞ്ഞതല്ലേ എന്നു കരുതി ഉറങ്ങാൻ കിടന്നപ്പോൾത്തന്നെ അടുത്തദിവസം എങ്ങനെ എഴുതണം എന്നതിനെക്കുറിച്ച് ഒരു രൂപരേഖയുണ്ടാക്കിയിരുന്നു ശില്പ.

വൈകി ഉറങ്ങിയതുകൊണ്ടാവാം, രാവിലെ എഴുന്നേറ്റ് വന്നപ്പോഴേക്കും താമസിച്ചുപോയി. അച്ഛനും മാമനും പോയിക്കഴിഞ്ഞിരിക്കുന്നു.

"ശില്പേ എഴുന്നേല്ക്ക്" അമ്മയുടെ അലർച്ച കേട്ടാണ് ഞെട്ടി ഉണർന്നത്.

അലറുന്നത് പണ്ടേ അവൾക്കിഷ്ടമല്ല. പ്രതിഷേധ സൂചകമായി തിരിഞ്ഞു കിടന്നു.

അമ്മയുണ്ടോ വിടുന്നു.

"നട്ടുച്ചയായി. എഴുന്നേല്ക്ക്."

മുഖവും വീർപ്പിച്ച് കിടക്കയിൽ കുത്തിയിരുന്നു.

വേഗം പല്ലുതേപ്പും കുളിയുമൊക്കെ കഴിച്ചു. അക്കാര്യങ്ങളിൽ വളരെ 'ഫാസ്റ്റാണ്' താൻ എന്നവൾക്കുമറിയാം.

ഭക്ഷണം കഴിച്ച് അലസമായി കുറച്ചുനേരം ടി വിയുടെ മുമ്പിലിരുന്നു.

ഇല്ല. നല്ല പരിപാടികളൊന്നുമില്ല.

ഒന്നു രണ്ടു സുഹൃത്തുക്കളെ ടെലിഫോണിൽ വിളിച്ചുനോക്കി. അവരേയും കിട്ടുന്നില്ല.

അവൾ നേരെ മുറിയിലേക്കു ചെന്നു.

തലേന്ന് മാമൻ കൊടുത്ത പുസ്തകം മേശപ്പുറത്ത് കിടക്കുന്നു.

മാമൻ ഇന്നലെ ഏല്പിച്ച പണി ചെയ്യണമല്ലോ. തലേദിവസം ഉണ്ടായിരുന്ന ആവേശമൊന്നും ഇപ്പോൾ ശില്പയ്ക്കില്ല. എങ്കിലും അവൾ എഴുന്നേറ്റു പുസ്തകവും നോട്ടുകൾ കുറിക്കുവാനുള്ള പേപ്പറും പേനയുമായി ഇരുന്നു. എ ടി എം എന്ന ഭാഗം വായിച്ച് മനസ്സിലാക്കിയശേഷം താഴെപറയും പ്രകാരം

ഒരു കുറിപ്പു തയ്യാറാക്കി.

ബാങ്ക് അക്കൗണ്ടുകളിൽ പണം നല്കിയിരുന്നവരെ 'ടെല്ലർ' എന്നാണ് വിശേഷിപ്പിച്ചിരുന്നത്. സാധാരണഗതിയിൽ ചെക്ക് പാസാക്കിയതിനുശേഷം (അക്കൗണ്ടിൽ തുക കുറച്ചു വരവു വച്ചശേഷം) ഉത്തരവാദപ്പെട്ട ഉദ്യോഗസ്ഥൻ പണം നല്കുവാനുള്ള നിർദ്ദേശത്തോടെയാണ് 'ടെല്ലറു' (കാഷ്യർ എന്നും പറയും) ടെ അടുത്ത് ചെക്ക് എത്തുന്നത്. ഇതിനായി താഴെ പറയുന്ന കാര്യങ്ങൾ (process) നടക്കേണ്ടതുണ്ട്.

1. ഉപഭോക്താവ് ചെക്ക് കൗണ്ടർ ക്ലാർക്കിനു നല്കുന്നു. അയാൾക്ക് പകരം ഒരു ടോക്കൺ ലഭിക്കുന്നു.

2. ക്ലാർക്ക് ചെക്കിനു തുല്യമായ തുക അക്കൗണ്ടിലുണ്ടെന്നു ബോദ്ധ്യപ്പെട്ടശേഷം തുക കുറയ്ക്കുന്നു. അതു സംബന്ധിച്ച വിവരം ചെക്കിൽ രേഖപ്പെടുത്തുന്നു.

3. ചെക്ക് അതു പാസാക്കുവാൻ ഉത്തരവാദിത്വമുള്ള ഉദ്യോഗസ്ഥന്റെ അടുത്തു ചെല്ലുന്നു. ചെക്ക് ഒപ്പിട്ടയാളുടെ ഒപ്പും മറ്റും പരിശോധിച്ചതിനുശേഷം പണം നല്കുവാനുള്ള അനുമതിയോടെ ടെല്ലറു (കാഷ്യർ) ടെ അടുത്തേക്കു നല്കുന്നു.

4. കാഷ്യർ ചെക്കിന്മേൽ രേഖപ്പെടുത്തിയിട്ടുള്ള ടോക്കൺ നമ്പർ വിളിച്ച്, ടോക്കൺ വാങ്ങി തുക നല്കുന്നു.

മേൽസൂചിപ്പിച്ച കാര്യങ്ങൾ എത്രയേറെ സങ്കീർണ്ണമാണെന്നു നോക്കൂ. എത്രവേഗത്തിലാണെങ്കിലും ഇത്രയും കാര്യങ്ങൾ ചെയ്യുവാൻ ഏതാനും മിനിറ്റുകളെടുക്കും. ഈ കാര്യങ്ങൾ വളരെ വേഗത്തിൽ നിർവ്വഹിക്കപ്പെടുന്നു ഒരു എ ടി എമ്മിലൂടെ.

ഇവിടെ ഉപഭോക്താവിനു വേണ്ടത് ഒരു പ്ലാസ്റ്റിക് നിർമ്മിത കാർഡുമാത്രം. ഇതിനെയാണ് എ ടി എം കാർഡ് എന്നു പറയുന്നത്.

എ ടി എം മെഷീനിൽ കാർഡ് വയ്ക്കുന്നതിനായി ഒരു പ്രത്യേകസ്ഥാനം ഉണ്ട്. അവിടെ കാർഡ് വയ്ക്കുമ്പോൾത്തന്നെ മെഷീനു കാർഡിനേയും അതിന്റെ ഉടമയേയും തിരിച്ചറിയുവാൻ കഴിയും. Swipe (സൈ്വപ്പ്) ചെയ്യുക എന്നാണ് ഈ പ്രക്രിയയെ വിശേഷിപ്പിക്കുന്നത്. ആദ്യകാലത്തുണ്ടായിരുന്ന എ ടി എം മെഷീനുകൾ കാർഡു വലിച്ചെടുക്കുമായിരുന്നു. ഇപ്പോൾ

വെറുതെ വച്ചശേഷം കാർഡു തിരിച്ചെടുക്കാവുന്ന തരം മെഷീനുകളാണ് പ്രവർത്തിക്കുന്നത്. കാർഡ് ഉപയോഗിക്കാതെ മെഷീനടുത്തു എത്തുമ്പോൾതന്നെ ആളെ തിരിച്ചറിയുന്ന സാങ്കേതികവിദ്യ (NFC - Near field communication) ഉപയോഗത്തിലായി വരികയാണ്.

എ ടി എം മെഷീൻ ഉപഭോക്താവിനെ കാർഡുവഴി തിരിച്ചറിയുന്നതോടുകൂടി അയാളുടെ രഹസ്യനമ്പർ നല്കുവാൻ ഉള്ള നിർദ്ദേശം മെഷീൻ നല്കുന്നു. രഹസ്യനമ്പർ ശരിയാണെന്നു കണ്ടാൽ അടുത്ത ഘട്ടത്തിലേക്കു കടക്കുന്നു. എന്തുതരം സേവനമാണ് ഉപഭോക്താവിനു വേണ്ടത് എന്നാവും ചോദ്യം. പണം എടുക്കുക, ക്രെഡിറ്റ് കാർഡ് തുടങ്ങിയവയ്ക്കു പണം മാറുക എന്നിങ്ങനെ പലതരം സേവനങ്ങൾ എ ടി എം വഴി ലഭ്യമാണ്. എന്നാൽ, ആവശ്യത്തിനുവേണ്ട പണം എടുക്കുക എന്നതാണ് മുഖ്യമായ ഉപയോഗം.

പണം എടുക്കുന്നതിനായി ഉള്ള നിർദ്ദേശം നല്കിക്കഴിഞ്ഞാൽ അടുത്തത് എത്ര രൂപ വേണമെന്നാവും ചോദ്യം. അതിനുള്ള ഉത്തരം നല്കിക്കഴിഞ്ഞാൽ ഉടൻതന്നെ യന്ത്രം പണം നല്കുവാനുള്ള പ്രവർത്തനം തുടങ്ങും. ചില എ ടി എമ്മുകൾ "ഈ ചെയ്യുന്ന ഇടപാടിനു സ്റ്റേറ്റ്മെന്റ് വേണോ?" എന്നൊരു ചോദ്യംകൂടി ചോദിക്കാറുണ്ട്. ഏതാനും നിമിഷങ്ങൾക്കകം പണം ലഭിക്കുന്നു. അത് എണ്ണിനോക്കി ഉപഭോക്താവിനു സ്ഥലം വിടാം.

ഒരാൾക്ക് അക്കൗണ്ടിൽനിന്നും ആവശ്യത്തിനു വേണ്ട തുക പിൻവലിക്കുവാൻ വളരെ കുറച്ചു സമയം (ഏതാനും മിനിറ്റുകൾ) മാത്രം മതിയാകും എന്നതാണ് ഇതിലെ ഏറ്റവും വലിയ നേട്ടം. ബാങ്കിൽനിന്നും പണം പിൻവലിക്കണമെങ്കിൽ അതു പ്രവർത്തനസമയത്തുമാത്രമേ സാധിക്കുകയുള്ളു. എന്നാൽ, 24 മണിക്കൂറും എ ടി എം പ്രവർത്തന സജ്ജമാണ് എന്നതാണ് ഏറ്റവും വലിയ ഗുണം.

1960 കളിലാണ് എ ടി എം പ്രയോഗത്തിൽ വരാൻ തുടങ്ങിയത്. ടെലിഫോൺ ലൈനുകളുടെ സഹായത്തോടെയായിരുന്നു അവ പ്രവർത്തിച്ചിരുന്നത്. വിവര സാങ്കേതിക വിദ്യയുടെ വളർച്ചയോടൊപ്പമാണ് ലോകത്താകെയും ഭാരതത്തിലും എ ടി

എമ്മുകൾ പ്രചാരത്തിലായത്. തുടക്കത്തിൽ ബാങ്കുശാഖക ളിൽത്തന്നെയാണ് എ ടി എമ്മുകൾ സ്ഥാപിച്ചിരുന്നത്. എന്നാൽ, പില്ക്കാലത്ത് റെയിൽവേ സ്റ്റേഷനുകൾ, ബസ്സ്റ്റാന്റുകൾ, സൂപ്പർ മാർക്കറ്റുകൾ എന്നിവിടങ്ങളിലെല്ലാം എ ടി എമ്മുകൾ പ്രത്യക്ഷപ്പെടുവാൻ തുടങ്ങി. അക്കൗണ്ടിൽനിന്നും അപ്പോൾ തന്നെ തുക കുറയുന്ന ഡെബിറ്റ് കാർഡും വായ്പയായി (ക്രെ ഡിറ്റ്) തുക ലഭിക്കുന്ന ക്രെഡിറ്റ് കാർഡും ആട്ടോമേറ്റഡ് ടെല്ലർ മെഷീനുകളിൽ ഉപയോഗിക്കാം. വിവിധ ബാങ്കുകൾ ഇന്ന് തങ്ങ ളുടെ എ ടി എമ്മുകളും അക്കൗണ്ടുകളും പരസ്പരം ബന്ധിച്ചി ട്ടുണ്ട്.

എ ടി എമ്മുകളുടെ സുരക്ഷ ഒരു പ്രധാന ഘടകമാണ്. വളരെ സുസജ്ജമായ സുരക്ഷാ സംവിധാനങ്ങളാണ് എ ടി എമ്മുകൾക്കുള്ളത്. രഹസ്യ കോഡുകൾ ഉപയോഗിച്ചുമാത്രമേ അവ തുറക്കുവാനാവുകയുള്ളു. അതുപോലെ എ ടി എം ക്യാബി നിൽ കടന്നു കഴിയുന്നതോടെ ഉപയോക്താവിന്റെ ഫോട്ടോകൾ എടുക്കുന്നതും അക്കൗണ്ടുടമയുടെ സുരക്ഷയ്ക്കാണ്. ഇതിനു പുറമെ പലയിടങ്ങളിലും സെക്യൂരിറ്റി ജീവനക്കാരുടെ സേവ നവും ലഭ്യമാണ്.

ഏതായാലും ആട്ടോമേറ്റഡ് ടെല്ലർ മെഷീൻ, എനി ടൈം മണി എന്നിങ്ങനെ പല പേരുകളിലറിയപ്പെടുന്ന എ ടി എം നമ്മുടെ ബാങ്കിങ് ജീവിതത്തെ ആകെ മാറ്റിമറിച്ചിരിക്കുന്നു. തുട ക്കത്തിൽ എ ടി എം ഇടപാടുകൾക്ക് പ്രത്യേക ചാർജ്ജ് ഈടാ ക്കിയിരുന്നു. എന്നാൽ, ഇന്ന് അവയ്ക്കായി ഒരു വാർഷികഫീസ് മാത്രമേ മിക്കവാറും ബാങ്കുകൾ ചുമത്തുന്നുള്ളു.

എ ടി എമ്മിനെക്കുറിച്ചു വായിച്ചു കുറിപ്പു തയ്യാറാക്കിയ പ്പോൾത്തന്നെ അവൾക്കു മതിയായി. എഴുതിയത് ഒന്നുകൂടി വായിച്ചുനോക്കി. തരക്കേടില്ല. ഇടയ്ക്ക് അച്ഛനെ വിളിച്ച് ചില സംശയങ്ങൾക്കൂടി തീർത്തിരുന്നു.

ഇന്റർനെറ്റ് ബാങ്കിങ്ങിനെയും മൊബൈൽ ബാങ്കിങ്ങി നെയും കുറിച്ചുകൂടി വായിച്ചു മനസ്സിലാക്കുവാനാണ് അമ്മാ വൻ പറഞ്ഞിരിക്കുന്നത്. അതെന്തായാലും വയ്യ. അവൾ നേരെ ടി വിയുടെ മുന്നിൽ ചെന്നിരുന്ന് റിമോട്ടുമായി അഭ്യാസം തുട ങ്ങി.

10

ഇന്റർനെറ്റ് - മൊബൈൽ ബാങ്കിങ്

ശില്പയുടെ കുറിപ്പു വായിച്ച രമേഷിന് അതു നല്ലവണ്ണം ഇഷ്ടമായി. "നന്നായിട്ടുണ്ട് മോളെ. പക്ഷേ, മറ്റുരണ്ടുംകൂടി എന്തേ എഴുതാതിരുന്നേ?"

"എനിക്കുവയ്യ മാമാ. ഇന്റർനെറ്റിനെയും മൊബൈലിനെയും കുറിച്ചൊക്കെ ഞാൻ വായിക്കാൻ ശ്രമിച്ചു. പക്ഷേ മനസ്സിലായില്ല. പിന്നെ....."

"കുറച്ചുമടിയും അല്ലേ." രമേഷ് ശില്പയുടെ വാക്യം പൂർത്തിയാക്കി. "ശരി. ഞാൻ പറഞ്ഞുതരാം. അതിനുമുമ്പ് ഒരുകാര്യം മനസ്സിലാക്കേണ്ടതുണ്ട്. മോൾക്ക് ഇന്റർനെറ്റിൽ കടക്കുവാനും ബ്രൗസ് ചെയ്യുവാനും ഒക്കെ അറിയാമല്ലോ അല്ലേ? അതുപോലെ സ്വന്തമായി മൊബൈൽ ഫോൺ ഇല്ലെങ്കിലും മൊബൈൽ ഉപയോഗിക്കാനറിയാമല്ലോ." "അറിയാം" എന്നുള്ള ശില്പയുടെ തലയാട്ടൽ കണ്ട രമേഷ് തുടർന്നു:

"ഏതു ബ്രൗസറാണ് മോൾ ഇവിടെ ഉപയോഗിക്കുന്നത്. ഇന്റർനെറ്റ് എക്സ്പ്ലോറർ, മോസില, നെറ്റ് സ്കേപ് നാവിഗേറ്റർ, ക്രോം എന്നിങ്ങനെ പലപേരുകളിലാണ് അവ അറിയപ്പെടുന്നത്."

"ഇന്റർനെറ്റ് എക്സ്പ്ലോററാണ് ഉപയോഗിക്കുന്നത്. അതിൽ കൂടുതലൊന്നും എനിക്കറിയില്ല."

"അതുവേണ്ട. വെറുതെ അറിയാൻ ചോദിച്ചതാണ്.

ശരി, ലളിതമായി പറഞ്ഞാൽ കമ്പ്യൂട്ടറുകളുടെ ശൃംഖല യാണ് ഇന്റർനെറ്റ്. കമ്പ്യൂട്ടറുകളുടെ പ്രവർത്തനങ്ങൾ ഇത്ര മാത്രം വിപുലമായത് ഇന്റർനെറ്റ് സംവിധാനത്തിന്റെ വളർച്ച യോടെയാണ്. ഡാറ്റാ (വിവരങ്ങൾ) സഞ്ചരിക്കുന്നത്. ഐ പി വിലാസം (IP Address - Internet Protocol Address) വഴിയാണ്. കമ്പ്യൂട്ടറുകൾ പരസ്പരം തിരിച്ചറിയുന്നത് കമ്പ്യൂട്ടറും വിനി മയ സംവിധാനങ്ങളും കൈകോർത്തതിന്റെ ഫലമായിട്ടാണ്. ഇത്തരത്തിലുള്ള വലിയ ഒരു നേട്ടം കൈവരിക്കുവാനായത്. അതിരിക്കട്ടെ മോൾ "മേഘ കമ്പ്യൂട്ടിങ്" (cloud computing) എന്നു കേട്ടിട്ടുണ്ടോ."

"ഇല്ല അമ്മാവാ."

"ശരി. ഇനിയുള്ള കമ്പ്യൂട്ടർ വളർച്ച ഏറെയും മേഘങ്ങളി ലായിരിക്കും എന്നാണ് കരുതപ്പെടുന്നത്."

"മേഘങ്ങളോ?!!"

"നമ്മൾ ആകാശത്തു കാണുന്ന മേഘങ്ങളല്ല ഇവിടെ ഉദ്ദേ ശിക്കുന്നത്. പക്ഷേ, അതിന്റെ കുറേക്കൂടി വിപുലമായ അർത്ഥ തലങ്ങളിലേക്കാണ് അവ വിരൽ ചൂണ്ടുന്നത് എന്നു മാത്രം. ലോകമാകെ നിരവധി വലിയ വലിയ സർവ്വറുകളും അവയെ ബന്ധപ്പെട്ടുകൊണ്ടു പ്രവർത്തിക്കുന്ന അസംഖ്യം കമ്പ്യൂട്ടറു കളും അടങ്ങുന്നതാവും ഈ സംവിധാനം. ഇപ്പോൾ വളരെ പ്രചാരത്തിലുള്ള സോഷ്യൽ വെബ്സൈറ്റുകളുമൊക്കെ ഈ സംവിധാനത്തിന്റെ ഭാഗമാവും. നമ്മുടെ കമ്പ്യൂട്ടറിന്റെ ശേഷി യേക്കാൾ പ്രധാനം സർവ്വറുകളെ ബന്ധപ്പെടുവാനും ഡൗൺ ലോഡ് ചെയ്യുവാനും ഉള്ള ശേഷിയായിമാറും.

ഇന്റർനെറ്റ് ബാങ്കിങ്ങിനെക്കുറിച്ചറിയണമെങ്കിൽ ഇനി ഇവിടെ ഉണ്ടാകുവാൻ പോകുന്ന മാറ്റങ്ങളും അറിയണം. അതു കൊണ്ടാണ് ഞാനിത്രയും പറഞ്ഞത്.

ബാങ്കിലേക്കു പോവാതെ തന്നെ ബാങ്കിങ് ഇടപാടുകൾ നിർവ്വഹിക്കുവാൻ സഹായിക്കുന്ന സംവിധാനമാണ് "ഇന്റർനെറ്റ് ബാങ്കിങ്". ആധുനിക ബാങ്കിങ് ഇനി നിലനില്ക്കുവാൻ പോകു ന്നത് ഈ സംവിധാനത്തിന്റെ സുഗമമായ നടത്തിപ്പിലൂടെയാ യിരിക്കും എന്നാണ് എന്റെ വിശ്വാസം.

നമ്മുടെ ബാങ്ക് അക്കൗണ്ടിലേക്കു സ്വയം കടന്നു ചെല്ലുവാനും അക്കൗണ്ടിന്റെ വിവരങ്ങളറിയുവാനും സ്റ്റേറ്റ്മെന്റ് എടുക്കുവാനും ഇടപാടുകൾ നടത്തുവാനും ഇന്നു കഴിയും. പല കാര്യങ്ങൾക്കും നമ്മൾ പണം കൊടുക്കുന്നില്ലേ. അവ ഒഴിവാക്കി പകരം ഇന്റർനെറ്റ് സംവിധാനം ഉപയോഗിക്കുവാനാവും."

"ഇത് എങ്ങനെയാണ് നടപ്പാക്കുന്നത്?"

കോർ ബാങ്കിങ് നടപ്പാക്കിയിട്ടുള്ള ബാങ്കുകളിലാണ് ഈ സംവിധാനം നടപ്പാക്കുന്നത്. ഇന്ത്യയിലെ എല്ലാ കമേഴ്സ്യൽ ബാങ്കുകളും ഈ സംവിധാനത്തിലായിക്കഴിഞ്ഞിരിക്കുന്നു. അതിനായി അക്കൗണ്ട് സൂക്ഷിക്കുന്ന ബാങ്കുശാഖയിൽ ഒരു അപേക്ഷ നല്കണം. ഈ സംവിധാനം വഴി താൻ അക്കൗണ്ട് ഇടപാടുകൾ നടത്തുവാൻ ആഗ്രഹിക്കുന്നുണ്ട് എന്ന സൂചനയും അപേക്ഷയിലുണ്ടാവണം. അപേക്ഷ പരിശോധിച്ചതിനുശേഷം അക്കൗണ്ട് ഉപയോഗിക്കുന്നതിനായി ഒരു പാസ്‌വേർഡ് ലഭിക്കും. അതിന്റെ അടിസ്ഥാനത്തിൽ ബാങ്കിങ് വെബ്സൈറ്റിൽ ചെന്ന് നമ്മുടെ വിവരങ്ങൾ രജിസ്റ്റർ ചെയ്തശേഷം വേണം നടപടികൾ ആരംഭിക്കുവാൻ.

പുതിയ ചെക്ക്ബുക്കിനുള്ള അപേക്ഷ, അക്കൗണ്ടുകൾ പുനർ ക്രമീകരിക്കൽ എന്നു തുടങ്ങി ഒട്ടുമിക്ക ബാങ്കിങ് ആവശ്യങ്ങളും ഒരാൾക്ക് അയാളുടെ ഓഫീസിലോ വീട്ടിലോ യാത്രയ്ക്കിടയിലോ ഇരുന്നു നിർവ്വഹിക്കുവാൻ ഇതുവഴി സാധിക്കുന്നു. ഞാൻ ട്രെയിൻ ടിക്കറ്റു റിസർവ്വു ചെയ്യുന്നത് ഈ സംവിധാനത്തിന്റെ സഹായത്തോടെയാണ്. അക്കൗണ്ടിൽ തുകയുണ്ടാവണം എന്നുമാത്രം. അല്ലെങ്കിൽ ക്രെഡിറ്റ് കാർഡുണ്ടായിരിക്കണം. റെയിൽവെ കൗണ്ടറിൽ പോയി ക്യൂ നില്ക്കുവാനും ക്യാൻസൽ ചെയ്യേണ്ടിവന്നാൽ അതിനു വീണ്ടും പോകാനും ഒക്കെ ഇന്നു പ്രായോഗികമായി വലിയ ബുദ്ധിമുട്ടായിവരുകയാണ്. അത്തരം നിരവധി സാഹചര്യങ്ങളിൽ ഒരു വലിയ സഹായമാണ് ഇന്റർനെറ്റ് ബാങ്കിങ്. ബാങ്കിൽ ജീവനക്കാരുടെ എണ്ണം കുറഞ്ഞുകൊണ്ടിരിക്കുകയാണ്. അതേസമയം ബിസിനസിന്റെ തോതു വർദ്ധിക്കുകയുമാണ്. ഈ സാഹചര്യം അഭിമുഖീകരിക്കണമെങ്കിൽ ബാങ്കിങ് സംവിധാനത്തിലേക്ക് ആധുനിക സാങ്കേതികവിദ്യ കടന്നുവന്നേ മതിയാകൂ. അതിന്റെ ഭാഗമാണ്

ഇന്റർനെറ്റ് ബാങ്കിങ്.

ഇനി മൊബൈൽ ബാങ്കിങ്ങിന്റെ കാര്യമെടുക്കാം. മനുഷ്യന്റെ ദൈനംദിന ജീവിതത്തെ ഇത്രമേൽ സ്വാധീനിച്ചിട്ടുള്ള എന്തെങ്കിലുമൊന്ന് സമീപഭാവിയിൽ ഉണ്ടായിട്ടുണ്ടാവുമോ എന്നു സംശയം. ഇന്ത്യയുടെ ജനസംഖ്യയുടെ പകുതിയിലേറെ മൊബൈലുകൾ ഇന്ന് ഇവിടെ ഉപയോഗത്തിലുണ്ട്. അവയിൽ കുറേപേർ രണ്ടോ, അതിലധികമോ കണക്ഷനുള്ളവരും എന്നു കരുതിയാൽത്തന്നെ ഏതാണ്ട് മൂന്നിലൊന്ന് ആളുകളും മൊബൈൽ ഉപഭോക്താക്കളാണ് എന്നുകാണാം. പരസ്പരം സംസാരിക്കുവാനുള്ള ഒരു മാധ്യമം എന്ന നിലയിലാണ് മൊബൈൽ ഫോൺ പിറവിയെടുത്തതെങ്കിലും ഇന്ന് നിരവധി കാര്യങ്ങൾ ഒരു മൊബൈലിലൂടെ നമുക്കു ചെയ്യുവാനാവും എന്നു വന്നിരിക്കുന്നു. പാട്ടുകൾ കേൾക്കാനും സിനിമകൾ കാണാനും ടി വി പരിപാടികൾ കാണാനും ഇന്റർനെറ്റ് സംവിധാനം ഉപയോഗിക്കുവാനും എല്ലാം ഇന്നു മൊബൈലുകൾക്കു കഴിയും. മൊബൈലുകൾ കൂടുതൽ കൂടുതൽ ഇന്ന് ഇന്റർനെറ്റിനോടടുത്തു വരികയാണ്.

ഈ സാഹചര്യം ബാങ്കിങ് സംവിധാനത്തിനു ഗുണകരമായി എങ്ങനെ ഉപയോഗിക്കാം എന്ന ചിന്തയിൽനിന്നാണ് മൊബൈൽ ബാങ്കിങ് വളർന്നിരിക്കുന്നത്. ഒരു നൂറ്റാണ്ടിലേറെ ക്കാലം പിന്നിട്ട ബാങ്കിങ് സംവിധാനത്തിനു കീഴിൽ തുറക്കുവാൻ സാധിച്ച അക്കൗണ്ടുകളേക്കാൾ എത്രയോ കൂടുതൽ മൊബൈൽ ഫോണുകൾ ഇന്നുണ്ട് എന്ന തിരിച്ചറിവും ഈ മാറ്റത്തിനു പ്രേരകമായിട്ടുണ്ട്. ഇന്റർനെറ്റിലേതുപോലെ തന്നെ മൊബൈൽ ബാങ്കിങ് ഉപയോഗിക്കുവാനുദ്ദേശിക്കുന്നയാളും അയാളുടെ ബാങ്കു ശാഖയിൽ ഇതിനായി ഒരു അപേക്ഷ കൊടുക്കുകയും അതിനായുള്ള അനുമതി നേടുകയും ചെയ്യേണ്ടതുണ്ട്. ഇന്നു വിപണിയിൽ ലഭ്യമായിട്ടുള്ള എല്ലാ ഹാന്റ് സെറ്റുകളിലും ഇതുപയോഗിക്കുവാനാവില്ല. ഇന്റർനെറ്റ് സംവിധാന സാദ്ധ്യതയുള്ള ഏതു സെറ്റിലും ഇത് ഉപയോഗപ്രദമാണ്. ഇന്റർനെറ്റ് ബാങ്കിങ്ങിലെപോലെ ഇവിടെയും നമ്മുടെ അക്കൗണ്ടിടപാടുകൾ നടത്തുവാൻ ഇതുവഴി സാധിക്കും. മൊബൈൽ ഫോൺ എന്ന മാധ്യമത്തിന്റെ സഹായത്തോടെ കണക്കുകൾ

തീർപ്പാക്കുവാൻ (settle) കഴിയും എന്നു വരുമ്പോൾ ബാങ്കിങ് സംവിധാനം പുതിയ ഉയരങ്ങൾ തേടുകയാണ് ചെയ്യുന്നത്. വളരെ വേഗത്തിൽ പൈസ കൈമാറുവാൻ കഴിയുന്ന പദ്ധതിയായ ഇമ്മീഡിയറ്റ് പേയ്മെന്റ് സർവ്വീസ് (Immediate Payment Service) മൊബൈൽ ഫോൺ വഴിയാണ് നടക്കുന്നത്. ഇതു നടപ്പാക്കുവാൻ പണം അയക്കേണ്ട ആളും, സ്വീകരിക്കേണ്ട ആളും അവരവരുടെ ബാങ്കുകളിൽ ഈ പദ്ധതിയിൽ രജിസ്റ്റർ ചെയ്തിരിക്കണം എന്നുമാത്രമേ ഉള്ളൂ. ഇതിനായുള്ള ഏഴ് അക്ക കോഡ് നമ്പർ ലഭിച്ചിരിക്കുകയും വേണം. ഇത്തരത്തിൽ പണം കൈമാറുവാൻ ഒരു ദിവസത്തിൽ 24 മണിക്കൂറും കഴിയും. അവധി ദിവസങ്ങളും ഇതിനു ബാധകമല്ല. നാഷണൽ പേയ്മെന്റ് കോർപ്പറേഷൻ ഓഫ് ഇന്ത്യയാണ് ഇത് മാനേജ് ചെയ്യുന്നത്. ഭാവിയിൽ ഏറ്റവും പ്രചാരം നേടുവാൻ പോകുന്ന പണം കൈമാറ്റ രീതിയായിരിക്കും ഇത്. നമ്മുടെ സമ്പദ്വ്യവസ്ഥയുടെ സുതാര്യതയ്ക്കും പണത്തിന്റെ ഉപയോഗം കുറയ്ക്കുന്നതിനും അതുവഴി മെച്ചപ്പെട്ട സാമ്പത്തിക സ്ഥിതിക്കും ഇതു വഴി തെളിക്കും എന്നു തീർച്ചയാണ്.”

11

വായ്പകൾ

“മാമാ എനിക്ക് എന്താണ് സമ്മാനം വാങ്ങിത്തരുന്നത്?”

“എന്തിനാണ് മോളെ സമ്മാനം വാങ്ങിത്തരേണ്ടത്?”

“എനിക്ക് സ്കോളർഷിപ്പ് കിട്ടിയതിന്” - ശില്പ ഒന്നു ചിണുങ്ങിക്കൊണ്ടു പറഞ്ഞു.

“ശരി, എന്താണ് മോൾക്കുവേണ്ടത്? ശരി ഞാൻ ഒരു പുതിയ ചുരിദാർ വാങ്ങിത്തരാം മതിയോ?”

“ഓ മതി മതി മതി.”

ഇതുകേട്ടുകൊണ്ടാണ് അമ്മ അകത്തുനിന്നും വന്നത്.

അവൾക്ക് ആവശ്യത്തിലേറെ കുപ്പായങ്ങളിവിടെയുണ്ട്. പുതിയതൊന്നും മേടിച്ചു കൊടുക്കേണ്ട.

“ശില്പേ, നീ എന്തിനാണ് വെറുതെ ഓരോന്നും പറഞ്ഞ് അമ്മാവനെ ബുദ്ധിമുട്ടിക്കുന്നത്”.

“സാരമില്ല ചേച്ചി. അവൾക്ക് ഒരു സെറ്റ് ഡ്രസ് വാങ്ങിക്കൊടുക്കണം എന്നു ഞാൻ നേരത്തെ ആലോചിച്ചതാണ്.” രമേഷ് പറഞ്ഞു.

ശില്പ അമ്മാവനേയും കൂട്ടി ടെക്സ്റ്റൈൽ ഷോപ്പിലെത്തി. അവൾക്കുവേണ്ട ചുരിദാർ സെറ്റ് തെരഞ്ഞെടുക്കുവാൻ കുറച്ചു നേരമെടുത്തു. അവൾക്കു വലിയ സന്തോഷമായി. കടയിൽ ഒരു സ്ഥലത്ത് ഉറപ്പിച്ചുവച്ചിരുന്ന ഒരു ബോർഡ് രാമേഷ് ശില്പയ്ക്കു കാണിച്ചുകൊടുത്തു. HYPOTHECATED TO STATE BANK

OF TRAVANCORE എന്നായിരുന്നു അവിടെയുള്ള ബോർഡ്.

"ഇതെന്താണെന്നു മനസ്സിലായോ? ഇതിന്റെ അർത്ഥമെന്താണ് എന്ന്?"

"ഇല്ല, എനിക്കു മനസ്സിലായില്ല. ഇത് ഒരു ബാങ്കിന്റെ പേരല്ലേ."

"ശരിയാണ് ബാങ്കിന്റെ പേരുതന്നെ. ഇതിനർത്ഥം ഇവിടെ വില്പനയ്ക്കായി സൂക്ഷിച്ചുവച്ചിട്ടുള്ള സാധനങ്ങൾക്ക് പ്രസ്തുത ബാങ്കിന് അവകാശമുണ്ട് എന്ന് അറിയിക്കുക എന്നതാണ്. പണം വായ്പയായി നല്കിയ ബാങ്കിന് ഇവിടെ വില്പനയ്ക്കായി വച്ചിട്ടുള്ള ഉല്പന്നങ്ങളിലുള്ള അവകാശമാണ് ഇതുവഴി പ്രഖ്യാപിക്കുന്നത്."

"ബാങ്കിനെക്കുറിച്ചു പറഞ്ഞുതന്നപ്പോൾ മാമൻ വായ്പകളെപ്പറ്റി ഒന്നും പറഞ്ഞുതന്നില്ലല്ലോ."

"ശരിയാണ് അത് ഒരു വലിയ വിഷയമാണ്. കുറച്ചു വലുതാവുമ്പോൾ മോൾക്ക് അതിന്റെ ആവശ്യം വരുമ്പോൾ നേരിട്ടു മനസ്സിലാക്കാനാവും. ഏതായാലും വീട്ടിലെത്തിയിട്ട് വായ്പകളുടെ അടിസ്ഥാന കാര്യങ്ങൾ പറഞ്ഞുതരാം. പോരേ?"

വീട്ടിലെത്തിയ ഉടനെ ശില്പ പുതിയ ചുരിദാർ അമ്മയേയും അച്ഛനേയും കാണിച്ചുകൊടുത്തു.

"രമേഷേ, എത്രയാ ഇതിനു വിലകൊടുത്തത്?"

അമ്മയുടെ ചോദ്യംചെയ്യൽ ശില്പയ്ക്ക് പിടിച്ചില്ല. 'വാങ്ങിത്തരൂല്ല, വല്ലവരും വാങ്ങിത്തന്നാൽ കുറ്റംപറയുകയും ചെയ്യും" അവളോർത്തു.

"അതിന്റെ വിലയൊന്നും ചേച്ചി അറിയേണ്ട" എന്നും പറഞ്ഞ് രമേഷ് വിഷയം അവസാനിപ്പിച്ചു.

"ബാങ്ക് വായ്പകളുടെ വിവരമറിയേണ്ടേ." രമേഷ് ശില്പയെ ഓർമ്മിപ്പിച്ചു.

"ഞാൻ മാമനോടു ചോദിക്കുവാൻ പോവുകയായിരുന്നു" എന്നും പറഞ്ഞ് ശില്പ രമേഷിന്റെ അടുത്തേക്ക് കസേരയും വലിച്ചിട്ടിരുന്നു.

"നിക്ഷേപങ്ങളെപ്പറ്റി നമ്മൾ നേരത്തെ മനസ്സിലാക്കിയല്ലോ. ഒട്ടുമിക്ക നിക്ഷേപങ്ങൾക്കും ബാങ്കുകൾ പലിശ നല്കുന്നുണ്ട് എന്നും നമ്മൾ മനസ്സിലാക്കി. എന്നാൽ, എങ്ങനെയാണ് പലിശ

നല്കുവാനുള്ള വരുമാനം ബാങ്കുകൾ ഉണ്ടാക്കുക എന്നറിയണ്ടേ? അതിനായി ബാങ്കുകൾ അവലംബിക്കുന്ന മാർഗ്ഗമാണ് വായ്പകൾ.

നിക്ഷേപമായി ബാങ്കുകൾക്ക് ലഭിക്കുന്ന തുക, കൂടുതൽ ഉയർന്ന പലിശയ്ക്ക് മറ്റുള്ളവർക്ക് വായ്പയായി നല്കുന്നു. ബാങ്ക് നല്കുകയും ബാങ്കിനു ലഭിക്കുകയും ചെയ്യുന്ന പലിശനിരക്കിലെ വ്യത്യാസമാണ് ബാങ്കിന്റെ ലാഭം."

"ചുരുക്കിപ്പറഞ്ഞാൽ ബാങ്കുകൾ ലാഭകരമായി പ്രവർത്തിക്കണമെങ്കിൽ നിക്ഷേപങ്ങളും അതുപോലെതന്നെ വായ്പകളും അതിന്റെ കണക്കു പുസ്തകത്തിൽ ഉണ്ടാവണം.

"പ്രധാനമായും ബാങ്കുകൾ താഴെപ്പറയുന്ന വിഭാഗങ്ങൾക്കാണ് വായ്പകൾ നല്കുക.

(എ) വലിയ കമ്പനികൾക്കും സ്ഥാപനങ്ങൾക്കും,

(ബി) ഇടത്തരം/ചെറുകിട വ്യാവസായിക സംരംഭകർക്കും വ്യവസായികൾക്കും,

(സി) കാർഷിക അനുബന്ധവുമായ മേഖലകളിൽ ഏർപ്പെട്ടിരിക്കുന്നവർക്ക്,

(ഡി) വ്യക്തിഗത ആവശ്യങ്ങൾക്ക്.

"ആദ്യത്തെ മൂന്നു വിഭാഗത്തിൽപ്പെടുന്നവർ വാണിജ്യ -വ്യാവസായിക-കാർഷികാവശ്യത്തിനായി എടുക്കുന്ന വായ്പ ഫലപ്രദമായി ഉപയോഗിക്കുകയും അതിൽനിന്നു ലഭിക്കുന്ന വരുമാനം ഉപയോഗിച്ചുകൊണ്ട് വായ്പ തിരിച്ചടയ്ക്കുകയും ചെയ്യുന്നു എന്നാണ് അടിസ്ഥാനപരമായ ധാരണ.

"എന്നാൽ, വ്യക്തിഗത ആവശ്യങ്ങൾക്ക് വരുമാനത്തിന്റെ അടിസ്ഥാനത്തിൽ വായ്പകൾ നല്കിവരാറുണ്ട്.

"ഭവന നിർമ്മാണം, വാഹനങ്ങളും മറ്റ് ഗാർഹിക ഉപകരണങ്ങളും വാങ്ങൽ, വിദ്യാഭ്യാസാവശ്യം എന്നിങ്ങനെ നാനാജാതി വ്യക്തിഗത ആവശ്യങ്ങൾക്കും ബാങ്കുകൾ വായ്പകൾ നല്കിവരാറുണ്ട്. ബാങ്ക് വായ്പയായി നല്കുന്ന തുക വിനിയോഗിച്ചുകൊണ്ടുണ്ടാക്കിയ വരുമാനമല്ല മറിച്ച് വായ്പ സ്വീകരിച്ച വ്യക്തിയുടെ സ്ഥിരവരുമാനമാണ് തിരിച്ചടയ്ക്കാനുള്ള സ്രോതസ്സായി കണക്കാക്കുന്നത്.

"മോൾക്ക് ഭാവിയിൽ ഏതെങ്കിലും ഒരു കോഴ്സിനു പഠി

ക്കണമെന്നുണ്ടെങ്കിൽ, അതിന് പണം തന്നു സഹായിക്കുവാൻ ബാങ്കുകൾ തയ്യാറാവും. ഇതാണ് വിദ്യാഭ്യാസ വായ്പ. ഇപ്രകാരം ബാങ്കുകളുടെ സഹായത്തോടെ വിദ്യാഭ്യാസ വായ്പ എടുത്തു പഠിച്ചു വളർന്നുവന്ന ആയിരക്കണക്കിനാളുകൾ നാട്ടിലുണ്ട്. ലോൺ എടുത്തു പഠിച്ചയാൾക്ക് ജോലി കിട്ടിയശേഷം മാത്രമേ അതു തിരിച്ചടയ്ക്കുവാൻ വ്യവസ്ഥയുള്ളു.

"വാണിജ്യ, വ്യാവസായിക, കാർഷികാവശ്യങ്ങൾക്കായുള്ള വായ്പകൾ പ്രധാനമായും രണ്ടു തരത്തിലാണ് നല്കുന്നത്. ഉപകരണങ്ങൾ വാങ്ങുക, കെട്ടിടങ്ങൾ നിർമ്മിക്കുക തുടങ്ങി ആസ്തികൾ സൃഷ്ടിക്കുന്ന കാര്യങ്ങൾക്കു നല്കുന്നത് കാലാവധി വായ്പകളാണ് (Term Loans). വായ്പയായി ഒരു തുക നല്കുകയും, പ്രസ്തുത തുക നിശ്ചിത ഗഡുക്കളായി തിരിച്ചടയ്ക്കുവാൻ നിർദ്ദേശിക്കുകയും ചെയ്യുന്നു. ഉദാഹരണത്തിന് ഒരു സ്ഥാപനത്തിന് 5 ലക്ഷം രൂപയുടെ വായ്പ നല്കി എന്നു കരുതുക. അഞ്ചുവർഷക്കാലമാണ് ബാങ്ക് വായ്പയ്ക്കു കാലാവധി നിശ്ചയിച്ചതെങ്കിൽ പ്രസ്തുത തുക 60 ഗഡുക്കളായി വേണം തിരിച്ചടയ്ക്കാൻ. അപ്പോൾ 5 ലക്ഷത്തെ 60 കൊണ്ടു ഹരിക്കുമ്പോൾ ലഭിക്കുന്ന 8333 രൂപയും പലിശയും അടങ്ങുന്നതാവും പ്രതിമാസ വിഹിതം.

"മറ്റൊരു കാര്യം ഇവിടെ ബാങ്കുകൾ ശ്രദ്ധിക്കുന്നത് ഏതു വസ്തുവിന്റെയും മുഴുവൻ മൂല്യവും വായ്പയായി ബാങ്ക് നല്കുകയില്ല എന്നതാണ്. വായ്പ എടുക്കുന്ന വ്യക്തിയോ, സ്ഥാപനമോ ആരോ ആയിക്കൊള്ളട്ടെ അതിന്റെ ഒരു ചെറിയഭാഗം അവരുടെ മുതൽമുടക്കായിരിക്കണം. ബാങ്ക് ഈ ചെറിയ ഭാഗത്തെ 'മാർജിൻ' (Margin) എന്നു വിശേഷിപ്പിക്കുന്നു. ഓരോ ഇനം വായ്പയ്ക്കും ഒരു നിശ്ചിത ശതമാനം മാർജിൻ ബാങ്കുകൾ നിശ്ചയിക്കാറുണ്ട്. ഉദാഹരണത്തിന് മുകളിൽ കൊടുത്ത 5 ലക്ഷത്തിന്റെ ലോണിന്റെ കാര്യമെടുക്കാം. ഒരു ഉപകരണം വാങ്ങുന്നതിനുള്ള വായ്പയാണ് അത് എന്നും കരുതുക. അതിനെ ഇപ്രകാരം വ്യക്തമാക്കാം.

ഉപകരണത്തിന്റെ വില	-	600000 രൂപ
മാർജിൻ ശതമാനം	-	15%

വായ്പ എടുക്കുന്നയാളുടെ വിഹിതം (15%) - 9 0 0 0 0 രൂപ

ബാങ്കിനു നല്കാവുന്ന പരമാവധി വായ്പ- 510000 രൂപ

ബാങ്ക് നല്കുന്ന വായ്പ - 5,00,000 രൂപ

വായ്പ എടുക്കുന്നയാൾക്ക്, വായ്പക്കാധാരമായ വസ്തുവിലും ഇടപാടിലും താല്പര്യം ഉണ്ടാവുക എന്നതാണ് ഇതിന്റെ ഉദ്ദേശ്യം. നാണയപ്പെരുപ്പംമൂലം വസ്തുക്കൾക്കുണ്ടാവുന്ന മൂല്യത്തകർച്ചയെ കുറച്ചെങ്കിലും നേരിടാനും ഇതുവഴി സാധിക്കുന്നു.

“കാലാവധി വായ്പകൾ സാധാരണ 3 വർഷം മുതൽ 10-12 വർഷം വരെയാണ് ബാങ്കുകൾ നൽകുക. ഭവനനിർമ്മാണത്തിനും വാഹനങ്ങൾ, ഗാർഹിക ഉപകരണങ്ങൾ എന്നിവ വാങ്ങാനും നല്കുന്ന വായ്പകൾ ഇപ്രകാരമാണ്. ഭവന നിർമ്മാണ വായ്പകളുടെ കാലാവധി 15-20 വർഷങ്ങൾവരെ നീണ്ടുപോകുമ്പോൾ പരമാവധി 7 വർഷം വരെയായിരിക്കും വാഹന വായ്പകളുടെ കാലപരിധി.

പ്രവൃത്തി മൂലധനം (working capital) നല്കുന്നതിനുള്ള വായ്പകൾ മറ്റൊരു രീതിയിലാണ് ബാങ്കുകൾ നല്കി വരുന്നത്.

12

പ്രവൃത്തി മൂലധനവായ്പ

"ഇതിനെക്കുറിച്ചു മനസ്സിലാക്കുന്നതിനുമുമ്പ് ഒരു കാര്യം പറയട്ടെ - കാലാവധി വായ്പകൾമാത്രം നല്കുവാൻ ഉദ്ദേശിച്ചു കൊണ്ട് നിരവധി സ്ഥാപനങ്ങൾ ഇവിടെ പ്രവർത്തിക്കുന്നുണ്ട്. അവർ വലിയ കാലയളവിലേക്ക് വളരെ ഉയർന്ന തുകകൾ വായ്പയായി നല്കിവരുന്നു. വലിയ കാർഷിക-വ്യാവസായിക സംരംഭങ്ങൾ, നിർമ്മാണ പ്രവർത്തനങ്ങൾ എന്നിവയ്ക്കെല്ലാം ഇത്തരത്തിൽ ദീർഘകാല വായ്പകൾ നല്കിവരുന്നു. വലിയ തുക, വളരെ ദീർഘമായ കാലയളവിലാണ് തിരിച്ചടയ്ക്കുന്നത്. നമ്മുടെ പല വികസന പ്രവർത്തനങ്ങൾക്കും സർക്കാർ തന്നെ പണം കണ്ടെത്തുന്നത് ഇത്തരത്തിലുള്ള വായ്പകളുടെ അടിസ്ഥാനത്തിലാണ്. ലോകബാങ്ക്, ഏഷ്യാവികസന ബാങ്ക് എന്നിവയെക്കുറിച്ചൊക്കെ കേട്ടിട്ടില്ലേ. ഇത്തരത്തിൽ കാലാവധി വായ്പകൾ നല്കുന്നതിനായി ഇൻഡസ്ട്രിയൽ ഫിനാൻസ് കോർപ്പറേഷൻ ഓഫ് ഇന്ത്യ (IFCI), വ്യാവസായിക വികസന ബാങ്ക് (IDBI) തുടങ്ങി നിരവധി സ്ഥാപനങ്ങളുണ്ട്. കാർഷികാവശ്യങ്ങൾക്ക് നബാർഡ് ഇത്തരത്തിലുള്ള വായ്പകൾ നല്കുന്നുണ്ട്.

"വാണിജ്യ ബാങ്കുകൾ ഏറെയും പ്രവൃത്തിമൂലധന വായ്പയിൽവേണം കേന്ദ്രീകരിക്കുവാൻ എന്നാണ് പൊതുവായ ധാരണ.

“പ്രവൃത്തിമൂലധന വായ്പയെക്കുറിച്ചു മനസ്സിലാക്കുവാൻ വളരെ ലളിതമായി ഒരുകാര്യം പറഞ്ഞുതരാം. നമ്മൾ ഇന്നലെ മോൾക്ക് ചുരിദാർ വാങ്ങുവാൻ ഒരു കടയിൽ പോയില്ലേ? അതുതന്നെ ഞാൻ ഉദാഹരണമാക്കാം പോരേ. ഞാൻ ഇനി പറയുവാൻ പോകുന്നതിനെ ഓപ്പറേറ്റിങ് സൈക്കിൾ രീതി എന്ന് നമുക്ക് വിശേഷിപ്പിക്കാം. അപ്പോൾ എന്താണ് ഓപ്പറേറ്റിങ് സൈക്കിൾ എന്നറിയണം. അസംസ്കൃത വസ്തുവിൽനിന്നും, ഉല്പന്നം വരെയുള്ള പ്രക്രിയയെയാണ് ഓപ്പറേറ്റിങ് സൈക്കിൾ എന്നു പറയുന്നത്. പ്രധാനമായും ഇതുകൊണ്ടുദ്ദേശിക്കുന്നത് ഒരു കാലയളവിനെയാണ്. പണം (Cash) വിവിധ ഉല്പാദന പ്രക്രിയയിലൂടെ തിരികെ പണമായി മാറുന്നതാണ് ഇവിടെ നമ്മൾ വിലയിരുത്തുന്നത്. അങ്ങനെ ഒരു ഉല്പാദന പ്രക്രിയയിൽ. ഒരു നിശ്ചിത തുക എത്രകാലത്തേക്ക് ഉപയോഗിക്കാം എന്നറിയുവാൻ ഇതു സഹായിക്കും.

“ചുരിദാറിന്റെ കാര്യമെടുക്കാം. ചുരിദാർ തയ്യാറാക്കുവാൻ

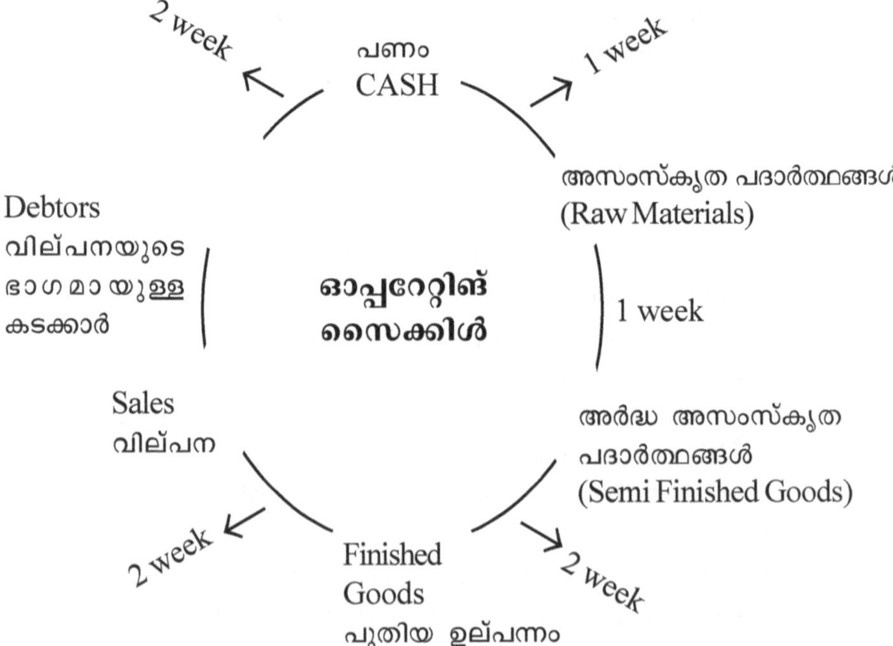

എന്തെല്ലാം ഇനങ്ങൾ വേണമെന്നു ആലോചിച്ചുനോക്കൂ.

"ശരി ഞാൻ പറയാം. തുണിവേണം, കുർത്തയ്ക്കും പൈജാമയ്ക്കും പറ്റുന്ന തരം തുണികൾ വേണം. പിന്നെ ബട്ടണുകൾ വേണം. അതുപോലെ ഡിസൈനിങ്ങിനു സഹായിക്കുന്ന വിവിധതരം തുണിത്തരങ്ങൾ വേണ്ടിവന്നേയ്ക്കും.

"അപ്പോൾ ഒരു ചുരിദാർ നിർമ്മാണ യൂണിറ്റിനു വേണ്ടിവരുന്ന അസംസ്കൃത പദാർത്ഥങ്ങളാണിവ. ഒരു വ്യവസായ സംരംഭകൻ ഇവയൊക്കെ വാങ്ങണം. അതിനു വേണ്ടിവരുന്ന തുക അയാൾ കണ്ടെത്തേണ്ടതുണ്ട്. പിന്നീടുള്ള ഘടകം നിർമ്മാണത്തിനു നല്കുന്ന കൂലിയാണ്. ഇതിനുപുറമെ സ്ഥാപനത്തിന്റെ വാടക, ഇലക്ട്രിസിറ്റി, വാഹന ബില്ലുകൾ, ഇവയെല്ലാം വരും. അതിനുപുറമെ വരുന്ന മറ്റൊരു ഘടകം വില്പനക്കാരനു നല്കുന്ന കമീഷനാണ്.

"ഇവയെല്ലാം കൂടിച്ചേരുന്ന തുകയാണ് ഉല്പാദനച്ചെലവായി കണക്കാക്കുക. ഉല്പന്നം വില്ക്കുമ്പോൾ ഉല്പാദകനുള്ള ലാഭവുംകൂടി അതിൽ കണക്കിലെടുക്കുന്നുണ്ടാവും.

"ഇതിനെ സാധാരണ "ഓപ്പറേറ്റിങ് സൈക്കിൾ" (Operating Cycle) എന്നാണ് വിശേഷിപ്പിക്കുന്നത്. ഒരു ഓപ്പറേറ്റിങ് സൈക്കിൾ താഴെ കൊടുത്തിരിക്കുംവിധമാണ്. പണം (Cash) എങ്ങനെയാണ് വിവിധ പ്രക്രിയകളിലൂടെ കടന്ന്, തിരികെ പണമായി മാറുന്നത് എന്ന് ഇതിൽ നിന്നും മനസ്സിലാക്കുവാൻ സാധിക്കും.

"ഒരു സംരംഭകൻ അയാളുടെ കൈവശമുള്ള പണം ഉപയോഗിച്ചുകൊണ്ട് താൻ നിർമ്മിക്കാനുതകുന്ന സാധനങ്ങളുടെ അടിസ്ഥാന അസംസ്കൃത വസ്തുക്കൾ വാങ്ങുന്നു. നേരത്തെ സൂചിപ്പിച്ച ഉദാഹരണം ഇവിടെ എടുത്താൽ വസ്ത്രനിർമ്മാണത്തിനായുള്ള തുണി, ബട്ടണുകൾ, നൂല്, സിബ്ബ് തുടങ്ങിയവ വാങ്ങുന്നു എന്നു കരുതുക. അതിനായി അയാൾ രൂപ 10000 ചെലവഴിക്കുന്നു എന്നും കരുതുക. അടുത്തത് അസംസ്കൃത പദാർത്ഥങ്ങൾ, ഉല്പന്നങ്ങളാവുന്നതിനുമുമ്പുള്ള അവസ്ഥയിലാണ്. ഈ സന്ദർഭത്തിൽ സംരംഭകന് കുറച്ചു ചെലവ് ഉണ്ടാവുന്നുണ്ട്. ഇതിന്റെ രൂപമാറ്റത്തിനും അതിനായുള്ള ശമ്പളം/ കൂലി എന്നിവയിലുമാണ് ചെലവുണ്ടാകുന്നത്. ചുരിദാറിന്റെ ഉദാ

ഹരണം എടുത്താൽ തുണി, തയ്ക്കുന്നതിനുവേണ്ടി മുറിച്ചുവച്ചിരിക്കുന്ന അവസ്ഥ എന്നു കരുതാം. അടുത്തത് ഉല്പാദനം പൂർത്തീകരിക്കലാണ്. അതുകഴിഞ്ഞാൽ പിന്നെ ഉല്പന്നം വില്ക്കുന്ന ഘട്ടമാണ്. പണം അസംസ്കൃത പദാർത്ഥമായി മാറിയതുപോലെ ഇവിടെ ഉല്പന്നം പണമായി മാറുന്നു. ആദ്യത്തേതിൽ വാങ്ങലും, ഇവിടെ വില്പനയുമാണ് നടക്കുന്നത്. ഇതിനിടയിൽ വില്പന ചിലപ്പോൾ കടമായിട്ടാവാം നടക്കുന്നത്. അങ്ങനെ വരുമ്പോൾ പണം ലഭിക്കുവാൻ ചെറിയ ഒരു കാലതാമസം ഉണ്ടായി എന്നുംവരാം.

"പണം, തിരികെ - പണമായി മാറുന്ന ഈ പ്രക്രിയയെ വിലയിരുത്തിക്കൊണ്ടാണ് ബാങ്കുകൾ ഉല്പാദകർക്കു വായ്പ നല്കുക. കടന്നുപോകേണ്ട ഘട്ടങ്ങളും അവയുടെ കാലവും കണക്കാക്കിയാണ് ഒരു യൂണിറ്റിനു വേണ്ടിവരുന്ന തുക കണക്കാക്കുന്നത്. ഓരോ ഉല്പന്നങ്ങളുടെ നിർമ്മാണ പ്രക്രിയയിലും ഓപ്പറേറ്റിങ് സൈക്കിൾ വ്യത്യസ്തമായിരിക്കും. അസംസ്കൃത പദാർത്ഥങ്ങളുടെ ലഭ്യത, പണത്തിന്റെ ലഭ്യത, നിർമ്മാണ പ്രക്രിയയിലെ സാങ്കേതികവിദ്യ എന്നിങ്ങനെ പലതരം ഘടകങ്ങൾ കാരണമാണ് ഈ വ്യത്യാസമുണ്ടാവുന്നത്. ഓരോ ഉല്പന്നത്തിനും കമ്പോളത്തിലുണ്ടാവുന്ന ആവശ്യം (Demand) അനുസരിച്ചാണ് ഉല്പാദനം നടത്തുന്നത് എന്നതും ഒരു പ്രവൃത്തിചക്രം (Operating Cycle) പഠിക്കുമ്പോൾ ബാങ്കുകൾ വിലയിരുത്തുന്ന ഘടകമാണ്.

"അസംസ്കൃത പദാർത്ഥങ്ങൾ വാങ്ങുന്നതിനായി വേണ്ടിവരുന്ന പണത്തെക്കുറിച്ച് നേരത്തെ സൂചിപ്പിക്കുകയുണ്ടായി. ഈ പണമാണ് പ്രവൃത്തി മൂലധനം (Working Capital) എന്നതിന്റെ ഒരു ഘടകം. പിന്നീട് വില്പനവരെയുള്ള ഘട്ടങ്ങളിൽ ശമ്പളം, ഗതാഗതം, വാടക, ഇലക്ട്രിസിറ്റി തുടങ്ങിയ കാര്യങ്ങൾക്കായി വേണ്ടിവരുന്ന ചെലവും ഇതിൽ ഉൾപ്പെടും. വായ്പകൾക്കുള്ള ഓരോ അപേക്ഷയുടെമേലും ബാങ്കുകൾ വേണ്ട പരിശോധന നടത്തുകയും പരമാവധി നല്കേണ്ട പ്രവൃത്തി മൂലധനം എത്രയെന്നു വിലയിരുത്തുകയും ചെയ്യുന്നു. ഇതിനായി പലതരം മാനദണ്ഡങ്ങൾ ബാങ്കുകൾ നിശ്ചയിച്ചിട്ടുണ്ട്. ഈ തുകയിൽ സംരംഭകന്റെ വിഹിതംകൂടി കണക്കിലെടുത്താണ് ബാങ്ക് വായ്പയുടെ തുക തീരുമാനിക്കുക."

13

പണത്തിന്റെ കൈമാറ്റം

ബാങ്കുകൾ നല്കുന്ന വേറെ വലിയൊരു സേവനം പണം കൈമാറുന്ന പ്രക്രിയയെ സഹായിക്കുക എന്നുള്ളതാണ് എന്നു രമേഷ് പറഞ്ഞു നിറുത്തി. എന്നാൽ ശില്പയ്ക്ക് അത് മനസ്സി ലായില്ല. പണം കൈമാറുകയോ.

“അമ്മാവൻ പോക്കറ്റ് മണിയായി എനിക്ക് ഇന്നു രാവിലെ 100 രൂപ തന്നില്ലേ. അതല്ലേ പണം കൈമാറുക എന്നുവച്ചാൽ. അപ്പോൾ അതിന് ബാങ്കുകൾ എന്തുചെയ്യാനാണ്?”

“അതു ശരിയാണ്. ഇന്നലെ നമ്മൾ തമ്മിൽ കണ്ടതുകൊണ്ട് അതുവളരെ എളുപ്പമായി. എന്നാൽ മോൾ കൊച്ചിയിലും ഞാൻ ചെന്നൈയിലുമായിരുന്നെങ്കിലോ. അതുമല്ല മോളുടെ ഏട്ടൻ എൻജിനീയറിങ്ങിനു പഠിക്കുകയല്ലേ. ഏട്ടന്റെ ആവശ്യത്തിനുള്ള പണം എങ്ങനെയാണ് അച്ഛൻ എത്തിക്കുന്നത്? ഇതൊക്കെ ആലോചിച്ചുനോക്കൂ.”

“ങാ. അതുശരിയാണ്. അപ്പോൾ അതു ബുദ്ധിമുട്ടുതന്നെ യായിരിക്കും. ഏട്ടന് പൈസ അയച്ചുകൊടുത്തു എന്നൊക്കെ അച്ഛൻ അമ്മയോടു പറയാറുണ്ട്. പക്ഷേ എങ്ങനെയാണ് അയച്ചു കൊടുത്തത് എന്നൊന്നും ഞാൻ അന്വേഷിച്ചിട്ടില്ല.”

“മോളിപ്പോൾ പറഞ്ഞില്ലേ ചില കാര്യങ്ങൾ. ഇവയൊക്കെ വലിയ ബുദ്ധിമുട്ടുള്ള കാര്യങ്ങളായിരുന്നു മുമ്പ്. ഇപ്പോൾ വിവര

സാങ്കേതിക വിദ്യയുടെ കടന്നുവരവോടെ ഇതൊക്കെ വളരെ എളുപ്പമായിരിക്കുന്നു.

"ഡ്രാഫ്റ്റ്/മണിട്രാൻസ്ഫർ/ടെലിഗ്രാഫിക് ട്രാൻസ്ഫർ എന്നിങ്ങനെയൊക്കെയാണ് പണ്ട് പണം ഒരു സ്ഥലത്തുനിന്നും മറ്റൊരിടത്തേക്കു കൈമാറിയിരുന്നത്. മണിട്രാൻസ്ഫർ, ടെലി ഗ്രാഫിക് ട്രാൻസ്ഫർ എന്നിവയുടെ കാര്യത്തിൽ ഒരേബാങ്കിലെ ഒരു അക്കൗണ്ടിൽനിന്നും മറ്റൊരിടത്തേക്ക് തുക കൈമാറുന്ന തായിരുന്നു സമ്പ്രദായം. ഉദാഹരണത്തിന് തിരുവനന്തപുര ത്തുള്ള അശോകിന്, ഡൽഹിയിലുള്ള സുഹൃത്ത് ലക്ഷ്മണന് പണമയക്കുവാൻവേണ്ടി ചെയ്യേണ്ടത് ലക്ഷ്മണന് അക്കൗണ്ടു ള്ള ബാങ്കിന്റെ തിരുവനന്തപുരം ശാഖയിൽ ചെന്ന് പണമട യ്ക്കുക എന്നതാണ്. തിരുവനന്തപുരം ശാഖയിൽ ഈ തുക കിട്ടിയിട്ടുണ്ടെന്നും ഡൽഹിയിലെ ലക്ഷ്മണന്റെ നിർദ്ദിഷ്ട അക്കൗണ്ടിൽ ഈ തുക വരവുവയ്ക്കണം എന്നുള്ള നിർദ്ദേശം ഡൽഹി ശാഖയിലേക്ക് പോസ്റ്റ് വഴി അയക്കുന്നതിനെ ചെയിൻ ട്രാൻസ്ഫർ എന്നും ഇതേ തുക വേഗം ചെല്ലേണ്ടതുണ്ടെങ്കിൽ ടെലിഗ്രാഫിക് ട്രാൻസ്ഫർ എന്നും വിളിച്ചിരുന്നു. ടെലിഗ്രാഫിക് ട്രാൻസ്ഫറിന്റെ കാര്യത്തിൽ തുക അയക്കുന്ന ബാങ്കിൽ നിന്നും രഹസ്യകോഡു വഴിയാണ് സന്ദേശം തയ്യാറാക്കുക. സന്ദേശം സ്വീകരിക്കുന്ന ശാഖ അത് 'ഡീകോഡു' (De-code) ചെയ്യു കയും തുക വരവുവയ്ക്കുകയും ചെയ്യും. വിവരസാങ്കേതിക വിദ്യ യുടെ ഫലമായി അക്കൗണ്ടുകൾ കേന്ദ്രീകരിക്കപ്പെട്ട കാര്യം നേരത്തെ സൂചിപ്പിച്ചല്ലോ. ഇപ്പോൾ ഈ സംവിധാനം ഏറക്കുറെ ഇല്ലാതായിക്കഴിഞ്ഞു. അക്കൗണ്ടുകൾ ബാങ്കുശാഖകളിലെ പുസ്തകങ്ങളിലല്ല കേന്ദ്രീകൃത സർവ്വറുകളിലാണല്ലോ ഇന്നു സൂക്ഷിക്കുന്നത്.

"കോർ ബാങ്കിങ് സംവിധാനത്തെക്കുറിച്ച് ഇതിനോടകം മന സ്സിലാക്കിയിട്ടുണ്ടാവുമല്ലോ? അപ്പോൾ IFS കോഡ്, Real Time എന്നിവ എന്താണെന്നും അറിയാമായിരിക്കും. കോർ ബാങ്കിങ് സംവിധാനത്തിനു കീഴിൽ വരുന്ന ബാങ്കും, ശാഖയും ഏതെന്നു തിരിച്ചറിയുവാൻ കോഡുമൂലം സാധിക്കും. അത്തരത്തിലുള്ള രണ്ട് അക്കൗണ്ടുകളിലേക്ക് പണം കൈമാറുന്ന രീതികളാണ് NEFT (National Electronics Fund Transfer) എന്നതും RTGS

(Real Time Gross Settlement) എന്നതും. പണം അയക്കേണ്ട ബാങ്കിന് അറിയേണ്ടത് അതു സ്വീകരിക്കേണ്ട ആളുടെ പേരും, അക്കൗണ്ടു നമ്പരും, IFS കോഡും ആണ്. ഇത് നല്കിയാൽ പിന്നെ കാര്യങ്ങൾ വളരെ ലളിതമാണ്.

"മേല്പറഞ്ഞ രണ്ട് സംവിധാനങ്ങളും റിസർവ്വ് ബാങ്കിന്റെ സഹായത്തോടെയാണ് നിർവ്വഹിക്കപ്പെടുന്നത്. ഉപഭോക്താവ് എന്ന നിലയിൽ നമ്മളെ സംബന്ധിച്ചിടത്തോളം നേരിയ വ്യത്യാ

സങ്ങളേ ഉള്ളൂ. എന്നാൽ പങ്കെടുക്കുന്ന ബാങ്കുകൾ തമ്മിൽ തമ്മിൽ ഇടപാടുകൾ തീർക്കുന്ന രീതിയാണ് ഇതിൽ പ്രധാനം. RTGS ൽ തുക കൈമാറ്റ വിവരം അറിഞ്ഞാലുടനെ ബാങ്കുകൾ തമ്മിൽ തുക കൈമാറണം. ഇതിനെയാണ് Real Time എന്നതു കൊണ്ടുദ്ദേശിക്കുന്നത്. എന്നാൽ സമയക്രമമനുസരിച്ച് ഘട്ടം ഘട്ടമായി ഓരോ ഇടവേളകളിലും പരസ്പരം നല്കേണ്ടതിന്റെ അടിസ്ഥാനത്തിലുള്ള തുകയാണ് (Net) കൈമാറ്റപ്പെടുന്നത്. RTGS ൽ രണ്ട് ലക്ഷത്തിൻമേലുള്ള തുകയാണ് കൈകാര്യം ചെയ്യപ്പെടുന്നത്. എന്നാൽ NEFT യിൽ അങ്ങനെ ഒരു മാനദണ്ഡമില്ല. ഇതിനായി ബാങ്കുകൾ ഏർപ്പെടുത്തുന്ന സേവന നിരക്കുകൾക്കും വ്യത്യാസങ്ങളുണ്ട്. ഈ സംവിധാനങ്ങളോടൊപ്പം അറിയേണ്ട ഒന്നാണ് മൊബൈൽ ഫോണുകൾ വഴിയുള്ള Immediate Payment Service എന്നത്. അതെനിക്കറിയാം. മുമ്പ് അമ്മാവൻ പറഞ്ഞു തന്നിരുന്നുവല്ലോ.

“ശരിയാണ്. ഇത്തരം ആധുനിക സംവിധാനങ്ങളുടെ വരവോടെ പഴയ പല സമ്പ്രദായങ്ങളും അപ്രസക്തമായിരിക്കുന്നു.

“എന്നാൽ ‘ഡിമാന്റ് ഡ്രാഫ്റ്റുകൾ’ എന്ന സംവിധാനം ഇപ്പോഴും ഉണ്ട്. കാലക്രമത്തിൽ ഇതിന്റെ ഉപയോഗവും ഇല്ലാതാവും എന്നുറപ്പാണ്. നേരത്തെ സൂചിപ്പിച്ച സമ്പ്രദായങ്ങളിൽ ഒരേ ബാങ്കിൽ നടക്കുന്ന കൈമാറ്റങ്ങളായിരുന്നു വിഷയമെങ്കിൽ ഇവിടെ രണ്ടു സ്ഥലങ്ങളെ കേന്ദ്രീകരിച്ചായിരിക്കും കൈമാറ്റം നടക്കുക.

“ശില്പയ്ക്ക് ഒരു പ്രത്യേക കോഴ്സിനു പഠിക്കണം എന്നു വിചാരിക്കൂ. അവരുടെ കോഴ്സിനുള്ള തുക 3000 രൂപയാണെന്നും കോഴ്സ് കേന്ദ്രം ഡൽഹിയിലാണെന്നും കരുതുക. അവരുടെ പരസ്യത്തിൽ ഇങ്ങനെ സൂചിപ്പിച്ചിട്ടുണ്ടാവും: Amount may be paid by Demand Draft for Rs.3000 favouring XYZ Educational Institution, Payable at Delhi. ഇതിനർത്ഥം ഡൽഹിയിൽ തുക മാറാവുന്ന തരത്തിലുള്ള ഒരു ഡ്രാഫ്റ്റ് XYZ Educational Institution ന്റെ പേരിൽ അയച്ചു കൊടുക്കണം എന്നാണ്. ഇതിനായി മോൾ ചെയ്യേണ്ടത് ബാങ്കിൽ ചെന്ന് ഡൽഹിയിലേക്ക് ഒരു ഡിമാന്റ് ഡ്രാഫ്റ്റ് എടുക്കുക എന്നുള്ളതാണ്. അതിനുള്ള അപേക്ഷയും 3000 രൂപയും ബാങ്കിൽ നല്ക

ണം. ഒപ്പം ബാങ്കിന്റെ ചെലവിനായുള്ള തുക (DD Exchange എന്നു പറയും) കൂടെ നല്കണം. ഇതും അപേക്ഷാഫോറത്തിൽ രേഖപ്പെടുത്തിയിട്ടുണ്ടാവും. ഇതു നല്കിക്കഴിഞ്ഞ് കുറച്ചുനേരം കാത്തുനില്ക്കുമ്പോഴേക്കും ഡ്രാഫ്റ്റ് തയ്യാറാക്കി ഉദ്യോഗസ്ഥൻ ഒപ്പിട്ടുതരും. ഈ ഡ്രാഫ്റ്റ് അപേക്ഷയോടൊപ്പം അയച്ചാൽ അവർക്ക് ഈ തുക ലഭിക്കുകയും മോൾക്ക് കോഴ്സ് ആരംഭിക്കുകയുമാവാം.

"ഇവിടെ ഒരു ചെറിയ പ്രശ്നമുള്ളത് DEMAND DRAFT എന്നതിലെ DEMAND എന്ന വാക്കാണ്. ഇതുമായി ബാങ്കിൽ ചെന്ന് പണം ആവശ്യപ്പെടാം എന്നാണ് അർത്ഥം. അപ്പോൾ പണം നല്കേണ്ടിവരുന്ന ബാങ്കുശാഖ ചില സുരക്ഷാ മാനദണ്ഡങ്ങൾ പാലിക്കേണ്ടതായിവരും. ചെക്കും/ഡ്രാഫ്റ്റും "ക്രോസ്"ചെയ്യുക എന്നൊരു പരിപാടികൂടി ഇതിന്റെ ഒപ്പം മനസ്സിലാക്കിക്കോളൂ, രമേഷ് തുടർന്നു:

"ചെക്കിന്റെയും ഡ്രാഫ്റ്റിന്റെയും മുൻവശത്ത് സമാന്തരമായി അടുത്തടുത്ത് രണ്ടുവരകൾ വരയ്ക്കുന്നതിനെയാണ് ക്രോസിങ് എന്നു പറയുന്നത്. ക്രോസിങ് ഉള്ള ഒരു ചെക്ക് അക്കൗണ്ടിലൂടെ മാത്രമേ മാറ്റാൻ പാടുകയുള്ളു എന്നാണ് ഇതിൽനിന്നും മനസ്സിലാക്കേണ്ടത്. ഇതിനെക്കുറിച്ചെല്ലാം പരാമർശിച്ചിരിക്കുന്നത് "നെഗോഷ്യബിൾ ഇൻസ്ട്രുമെന്റ് ആക്ടി"ലാണ്.

"പ്രോമിസറി നോട്ട്, ബിൽ ഓഫ് എക്സ്ചേഞ്ച്, ചെക്ക് എന്നിങ്ങനെ മൂല്യാധിഷ്ഠിതവും പരസ്പരം എളുപ്പം കൈമാറാൻ കഴിയുന്നതുമായ ഉപകരണങ്ങളെയാണ് ഈ നിയമത്തിൽ പ്രതിപാദിക്കുന്നത്. പണമിടപാടുകൾ ഏറെയും നിർവ്വഹിക്കപ്പെട്ടിരുന്നത് ഇവയുടെയെല്ലാം അടിസ്ഥാനത്തിലായിരുന്നു.

"ബാങ്ക് അക്കൗണ്ടിലൂടെ മാത്രമേ കൈമാറാനാവുകയുള്ളു എന്നു നിഷ്ക്കർഷിക്കുന്നതോടെ ഇവയുടെ സുരക്ഷിതത്വം ഉറപ്പുവരുത്തുകയാണ് ചെയ്യുന്നത്. എന്തെങ്കിലും തെറ്റോ, തർക്കമോ ഉണ്ടാവുകയാണെങ്കിൽ ആർക്കാണ് പണം നല്കിയത് എന്നു വളരെവേഗത്തിൽ തന്നെ ബാങ്കിനു കണ്ടുപിടിക്കുവാനുമാവും. അതുപോലെ തൊഴിൽ അപേക്ഷകൾക്കും, പരീക്ഷാഫീസിനും മറ്റുമായി ഡ്രാഫ്റ്റിനു പകരം പുതിയ സംവിധാനങ്ങൾ കോർ ബാങ്കിങ്ങിന്റെ ഭാഗമായി ആരംഭിച്ചിട്ടുണ്ട്."

14

നെഗോഷ്യബിൾ ഇൻസ്ട്രുമെന്റ്സ് നിയമം

"നെഗോഷ്യബിൾ ഇൻസ്ട്രുമെന്റ് എന്ന് പറഞ്ഞല്ലോ. ഇതിനെക്കുറിച്ചുകൂടി കുറച്ചു പറഞ്ഞുതരണേ മാമാ" ശില്പ വിടുന്ന ഭാവമില്ല.

"ഇന്ത്യയിലെ പഴയ നിയമങ്ങളിൽ ഒന്നാണ് ഇത്. 1881 ലാണ് ഈ നിയമം ഉണ്ടാക്കിയത്. വാണിജ്യാവശ്യങ്ങൾ വർദ്ധിച്ചു വന്ന സാഹചര്യത്തിലാണ് അതിനായി ഒരു നിയമം ഉണ്ടാക്കുവാനിടയായത്. പ്രോമിസറി നോട്ടുകൾ, ബിൽസ് ഓഫ് എക്സ്ചേഞ്ച്, ചെക്കുകൾ തുടങ്ങിയവയെയാണ് നെഗോഷ്യബിൾ ഇൻസ്ട്രുമെന്റ്സ് എന്നതുകൊണ്ട് ഉദ്ദേശിക്കുന്നത്. ക്രയവിക്രയം ചെയ്യുക എന്നാണല്ലോ "നെഗോഷ്യബിൾ" എന്നതുകൊണ്ട് അർത്ഥമാക്കുന്നത്. അത്തരത്തിലുള്ള കാര്യങ്ങൾക്കു നിയമസാധുത നല്കുന്ന നിയമമാണിത്. ഇന്ത്യയിൽ വളർന്നു വികസിച്ചുവന്ന കച്ചവട വിഭാഗങ്ങളുടെ താല്പര്യങ്ങൾക്കു അനുരോധമായിട്ടാണ് ഈ നിയമം ഉണ്ടായത്. ഇതു മനസ്സിലാക്കുവാൻ തുടങ്ങുന്നതിനുമുമ്പ് ഒരു വാക്ക് നിർബ്ബന്ധമായും മനസ്സിലാക്കണം - Endorsement - എന്നാണത്. എന്തെങ്കിലും നിർദ്ദേശത്തോടെയോ, അല്ലാതെയോ, കൈമാറ്റം ചെയ്യുക എന്നുള്ള ഉദ്ദേശ്യത്തോടെ ഒപ്പിട്ടു നല്കുന്നതിനെയാണ് ഇതുകൊണ്ട് അർത്ഥമാക്കുന്നത്. എൻഡോഴ്സ് ചെയ്തുകൊണ്ട് മറ്റൊരാൾക്ക് നല്കുന്നതിനെയാണ് കുറച്ചുകൂടി വിശാലമായ അർത്ഥത്തിൽ നെഗോ

ഷ്യബിൾ എന്നതുകൊണ്ടുദ്ദേശിക്കുന്നത്. ഇതുവഴി പ്രസ്തുത പണമിടപാടു രേഖയുടെ (Negotiable Instrument) കൈമാറ്റം പൂർണ്ണമാവുന്നു. ഇതെങ്ങനെയെന്നു പിന്നാലെ പറഞ്ഞു തരാം.

"ഒരാൾ മറ്റൊരാളിൽനിന്നും നിശ്ചിതതുക കടംവാങ്ങി എന്നു കരുതുക. കടംവാങ്ങിയ ആളിൽനിന്നും അതുനല്കിയ ആൾക്ക് അതുസംബന്ധിച്ച് രേഖ ആവശ്യമായിവരും. നിശ്ചിത കാലം കഴിഞ്ഞ് തുക മടക്കി നല്കാമെന്നും അതിന് നിശ്ചിത പലിശ നല്കാമെന്നും ധാരണയുണ്ടാവും. ഈ ധാരണപ്രകാരം തയ്യാറാക്കുന്ന രേഖയെയാണ് 'പ്രോമിസറിനോട്ട്' എന്നറിയപ്പെടുന്നത്. ഞാൻ ശില്പയുടെ കൈയിൽനിന്നും 10000 രൂപ കടം വാങ്ങിയെന്നു കരുതുക. ഒരു വർഷം കഴിഞ്ഞ് തുക മടക്കി നല്കാമെന്നും അതിന് 12% പലിശ നല്കാമെന്നും നമ്മൾ തമ്മിൽ ധാരണയുമാവുന്നു. അങ്ങനെയുള്ള സന്ദർഭത്തിൽ ഞാൻ ഈ കാര്യം ശില്പയ്ക്ക് എഴുതി ഒപ്പിട്ടു തരുന്നു. അതാണ് പ്രോമിസറിനോട്ട്. ഇവിടെ കടംവാങ്ങിയ ആളും നല്കിയ ആളും തമ്മിലുള്ള ഇടപാടാണ് നടന്നിട്ടുള്ളത്. ഒരുവർഷം കഴിഞ്ഞ് പലിശസഹിതം പണം തിരികെ നല്കുന്നതോടുകൂടി ഈ ഇടപാടു അവസാനിക്കുന്നു. എന്നാൽ, പണം കൃത്യമായി നല്കുന്നതിൽ വീഴ്ച വരുത്തുകയാണെങ്കിലോ? അത്തരം സന്ദർഭത്തിൽ കടമായി പണം നല്കിയ വ്യക്തിക്ക് ഈ പ്രോമിസറി നോട്ട് പ്രകാരം പണം തിരികെ വാങ്ങാനാവും. അഥവാ വീണ്ടും പണം നല്കുന്നതിൽ വീഴ്ച വരുത്തുകയാണെങ്കിൽ നിയമ നടപടികളുമായി മുന്നോട്ടുപോകുവാനും സാധിക്കുന്നു.

"ഇതുപോലെ വളരെ പ്രചാരമുള്ള മറ്റൊന്നാണ് ബിൽ ഓഫ് എക്സ്ചേഞ്ച് (Bill of Exchange). പ്രോമിസറി നോട്ടിൽ പണം നല്കുന്നയാളും സ്വീകരിക്കുന്ന ആളും ആണ് എങ്കിൽ ഇവിടെ മൂന്നുപേർ ഉൾപ്പെട്ടിട്ടുണ്ടാവും. 'എ' എന്ന വ്യക്തി എഴുതി നല്കുന്ന ഒരു രേഖയാണിത്. ഇതുപ്രകാരം പ്രസ്തുത രേഖയുടെ കൈവശക്കാരനോ (bearer) അതിൽ രേഖപ്പെടുത്തിയിട്ടുള്ള വ്യക്തിക്കോ നിശ്ചിത തുക നല്കുവാൻ മറ്റൊരാളോട് ആവശ്യപ്പെടുകയാണ് ചെയ്യുന്നത്. നമുക്ക് വളരെ പരിചയമുള്ള ഒന്നാണല്ലോ ചെക്ക് (cheque). ഒരു ബാങ്കിന്റെ പേരിൽ നല്കുന്ന ഒരു ബിൽ ഓഫ് എക്സ്ചേഞ്ച് ആണ് ഇത് എന്നാണ് നിർവ്വച

നം. ഞാൻ മോൾക്ക് ആയിരം രൂപയുടെ ഒരു ചെക്കു തരുന്നു എന്നു കരുതുക."

"കരുതേണ്ട മാമാ തന്നോളൂ". അവൾ ഇടയ്ക്കു കയറി പറഞ്ഞത് രമേഷ് അവഗണിച്ചുകൊണ്ട് തുടർന്നു. "അങ്ങനെ വരുമ്പോൾ ഞാൻ അതിന്റെ മേക്കർ അല്ലെങ്കിൽ ഡ്രായർ (Drawer) എന്നറിയപ്പെടും. മോൾ അതിന്റെ ഉടമയാണ് (Payee). ബാങ്ക് ഡ്രായിയും (Drawee). നിയമത്തിൽ ഏഴാം വകുപ്പിലാണ് ഡ്രായർ, ഡ്രായീ എന്നിവയെക്കുറിച്ച് നിർവ്വചിച്ചിട്ടുള്ളത്.

"ബാങ്കുകളിൽ ഉപയോഗിക്കുന്ന ചെക്കുകളുടെ കൈമാറ്റത്തിൽ വരുത്തേണ്ട സുരക്ഷയെ സംബന്ധിച്ചുള്ള മാർഗ്ഗനിർദ്ദേശങ്ങളാണ് ഈ നിയമത്തിൽ പതിനാലാം അദ്ധ്യായത്തിൽ വിവരിക്കുന്നത്. ക്രോസിങ് (Crossing) എന്താണ് എന്ന് 123 മുതൽ 131 വരെയുള്ള വകുപ്പുകളിൽ വിശദമാക്കുന്നുണ്ട്. ചെക്കിന്റെ മുൻഭാഗത്ത് തൊട്ടുതൊട്ട് സമാന്തരമായി രണ്ടുവരകൾ വരയ്ക്കുന്നതിനെയാണ് ക്രോസിങ് എന്നു പറയുന്നത്. ഒരു ചെക്ക് ക്രോസ് ചെയ്താൽ പിന്നീട് ബാങ്ക് അക്കൗണ്ടിലൂടെ മാത്രമേ അതു കൈമാറ്റം ചെയ്യുവാൻ കഴിയുകയുള്ളു. ചെക്ക് എഴുതി ഒപ്പിട്ടു നല്കുന്നയാൾക്കോ മറ്റാർക്കെങ്കിലുമോ ഇതു ചെയ്യാം. ഇത്തരത്തിൽ വരച്ച സമാന്തര വരകളുടെ ഇടയിൽ അക്കൗണ്ട് പേയി (Payees Account Only) എന്നെഴുതിയാൽ ആ ചെക്ക് ആരുടെ പേരിലെഴുതിയിരിക്കുന്നോ അയാളുടെ അക്കൗണ്ടിലൂടെ മാത്രമേ അതു കൈമാറ്റം ചെയ്യുവാൻ ആവുകയുള്ളു. അതുപോലെ അവയ്ക്കിടയിൽ പ്രസ്തുത ബാങ്കിലൂടെ മാത്രമേ ചെക്ക് കൈമാറ്റം ചെയ്യുവാൻ കഴിയൂ. ഇവിടെ ചെക്കിന്റെ ഉപയോഗത്തിന്മേൽ നിയന്ത്രണം ഏർപ്പെടുത്തുകയാണ് എന്നു തോന്നാമെങ്കിലും വാസ്തവത്തിൽ ചെക്കിന്റെ ഇടപാടുമായി ബന്ധപ്പെട്ടവരുടെ സുരക്ഷയാണ് ഇവിടെ ഉറപ്പു വരുത്തപ്പെടുന്നത് എന്നു കാണുവാൻ സാധിക്കും.

"നെഗോഷ്യബിൾ ഇൻസ്ട്രുമെന്റ് നിയമം വളരെ പഴയ നിയമങ്ങളിലൊന്നാണെന്ന് ഞാൻ നേരത്തെ പറഞ്ഞു. എന്നാൽ, വർഷങ്ങൾക്കുമുമ്പ് പുതിയതായി കൂട്ടിച്ചേർക്കപ്പെട്ട ചില വകുപ്പുകളാണ് ഈ നിയമത്തെ ഇന്ന് ഏറെ പ്രസക്തമാക്കുന്നത്. ചെക്കിൽ നിർദ്ദേശിച്ചിട്ടുള്ള തുക നല്കാനാവാതെ ചെക്ക് മട

ക്കുവാൻ ബാങ്ക് തീരുമാനിച്ചാൽ അത് എഴുതി നല്കിയ വ്യക്തി (Drawer) ക്ക് ഉള്ള ബാദ്ധ്യതയാണ് 138 മുതൽ 142 വരെയുള്ള വകുപ്പുകളിൽ വിശദമാക്കുന്നത്. ഇത്തരം ഒരു സാഹചര്യം ഉണ്ടായാൽ അയാൾ ഒരുവർഷംവരെ കഠിനതടവിനോ, ചെക്കു തുകയുടെ രണ്ടിരട്ടി പിഴയായോ ശിക്ഷയ്ക്കു വിധേയനാകാം എന്ന് ഈ നിയമം വ്യക്തമാക്കുന്നു. ഇന്നു നമ്മുടെ നീതിന്യായ കോടതികളിൽ ഇത്തരത്തിലുള്ള ലക്ഷക്കണക്കിനു കേസുകൾ ഫയൽചെയ്തിട്ടുണ്ട്. ഈ നിയമത്തിന്റെ പരിരക്ഷ ലഭിക്കുവാൻ വേണ്ട മാർഗ്ഗ നിർദ്ദേശങ്ങളും ഇതിൽ വ്യക്തമാക്കിയിട്ടുണ്ട്.

“നമ്മുടെ മാറിമാറി വരുന്ന സാമ്പത്തിക കൈമാറ്റങ്ങൾ വലിയൊരളവിൽ ഈ നിയമത്തെ ആശ്രയിച്ചാണ് നിലനില്ക്കുന്നത് എന്നുകാണാം. കമ്പ്യൂട്ടറുകളുടെ ഉപയോഗം ഇത്രയേറെ പ്രചാരത്തിലാവുന്നതുവരെ ബാങ്കുകൾ ഏറെയും ഈ നിയമത്തെ ആധാരമാക്കിയാണ് പ്രവർത്തിച്ചിരുന്നത് എന്നും കാണാം.”

15

മാറുന്ന ബാങ്കിങ്ങും നിയമവ്യവസ്ഥയും

പിറ്റേന്നു രാവിലെ ശില്പ എഴുന്നേറ്റുവന്നപ്പോഴേക്കും രമേഷ് പോയിക്കഴിഞ്ഞിരുന്നു. തലേന്നു തന്നെ അവളോട് യാത്ര പറഞ്ഞിരുന്നു രമേഷ്.

“ഞാൻ ഒരു സാധനം ചേച്ചിയെ ഏല്പിക്കാം. അതു കണ്ട ശേഷം എന്നെവിളിക്കണം കേട്ടോ” എന്നു രമേഷ് പറഞ്ഞത് അവൾ ഉടനെ ഓർത്തു. അവൾ അമ്മയുടെ അടുത്തേക്ക് ഓടി ച്ചെന്നു. “എന്താണമ്മേ അമ്മാവൻ ഏല്പിച്ചത് എനിക്കു തരാൻ?”

“അതൊരു പുസ്തകമാണ്. നിനക്കുവേണ്ടി അവൻ വാങ്ങി യതാണെന്നു പറഞ്ഞു. ഇതാ മേശപ്പുറത്തിരിക്കുന്നു. എടുത്തോ ളൂ.”

പുസ്തകമെടുക്കാൻ തിരിഞ്ഞ ഉടനെ അമ്മ തുടർന്നു. “രാവിലെ പല്ലുതേപ്പും, കുളിയും ഒക്കെ കഴിഞ്ഞു മതി ഇനി അടുത്തപരിപാടി.”

“ശരി അമ്മേ” എന്നു പറഞ്ഞവൾ പുസ്തകമെടുത്തു.

ബാങ്കിങ് വിഷയമാക്കിയുള്ള നല്ല ഒരു പുസ്തകം. ഇന്ത്യ യിലെയും, കേരളത്തിലെയും എല്ലാം ബാങ്കുകളുടെ വളർച്ചയുടെ കഥയുമുണ്ട് അതിൽ. കേരളത്തിലെ ബാങ്കിങ് വളർച്ചയുടെ പേജി ലേക്ക് അവൾ മറിച്ചു.

ആദ്യ നോവലിസ്റ്റും ബാങ്കറും എന്നാണ് തലക്കെട്ട്.

> മലയാളത്തിലെ ആദ്യനോവലായ *കുന്ദലത*യുടെ കർത്താവും, കേരളത്തിലെ ആദ്യബാങ്കായ നെടുങ്ങാടി ബാങ്കിന്റെ സ്ഥാപകനും ഒരാൾ തന്നെ എന്നതാണ് ഈ നാടിന്റെ ബാങ്കിങ് ചരിത്രത്തെ വ്യത്യസ്തമാക്കുന്നത്. 'ഇക്കാരണത്താൽ അപ്പു നെടുങ്ങാടി എന്ന ഒരു വലിയ മനുഷ്യനെ നമ്മുടെ നാട് എക്കാലവും ഓർക്കും എന്നു തീർച്ചയാണ്. എന്നാൽ ഇന്ന് നെടുങ്ങാടി ബാങ്ക് നിലനില്ക്കുന്നില്ല. പഞ്ചാബ് നാഷണൽ ബാങ്കിൽ ലയിച്ചു കഴിഞ്ഞിരിക്കുന്നു മലയാളിയുടെ ആദ്യബാങ്ക്.

ശില്പയ്ക്ക് പുസ്തകം രസകരമായി തോന്നി. ബാങ്കിങ് ചരിത്രത്തെക്കുറിച്ചു മാത്രമല്ല, ആധുനിക ബാങ്കിങ്ങിലേക്ക് കടന്നു വന്ന വഴികളെക്കുറിച്ചും പുസ്തകത്തിൽ കാര്യമായ വിശദീകരണങ്ങൾ നല്കിയിട്ടുണ്ട് എന്ന് ശില്പ കണ്ടു.

ബാങ്കിങ്ങും നിയമവ്യവസ്ഥയും എന്ന അദ്ധ്യായം അവൾ വെറുതെ മറിച്ചുനോക്കി. അമ്മാവൻ വിശദീകരിച്ചു തന്ന നെഗോഷ്യബിൾ ഇൻസ്ട്രമന്റ്സ് ആക്ടിനെക്കുറിച്ച് വളരെ വിശദമായിത്തന്നെ പ്രതിപാദിച്ചിരിക്കുന്നു. വേറെയും കുറെ നിയമങ്ങളെക്കുറിച്ച് അതിൽ പറഞ്ഞിരിക്കുന്നു. ഏതൊക്കെയാണ് നിയമങ്ങൾ എന്നുനോക്കി.

1. ബാങ്കിങ് റെഗുലേഷൻ ആക്ട്
2. റിസർവ്വ് ബാങ്ക് നിയമം
3. കമ്പനി നിയമം
4. ഇന്ത്യൻ പാർട്ട്ണർഷിപ്പ് നിയമം
5. ഇന്ത്യൻ സ്റ്റാമ്പ് നിയമം
6. ഇന്ത്യൻ കോൺട്രാക്ട് ആക്ട്
7. നെഗോഷ്യബിൾ ഇൻസ്ട്രുമെന്റ്സ് ആക്ട്

എന്നിങ്ങനെ ഒട്ടേറെ നിയമങ്ങളെക്കുറിച്ച് പുസ്തകത്തിൽ രേഖപ്പെടുത്തിയിരിക്കുന്നു.

ബാങ്കുകളുടെ ലൈസൻസിങ്, ബാങ്കിങ് പ്രവർത്തന പരിശോധന, പ്രവർത്തന നിയന്ത്രണം എന്നിവ ബാങ്കിങ് റെഗുലേഷൻ ആക്ടിന്റെ പരിധിയിലാണ്. ബാങ്കിങ് എന്നാൽ വായ്പ നല്കാനായി നിക്ഷേപം സ്വീകരിക്കൽ എന്നു നിർവ്വചിക്കുന്നത്

ഈ നിയമപ്രകാരമാണ്. (Banking means accepting, the purpose by lending or investment of deposits of money from the public, repayable on demand or otherwise, and withdrawal by cheque, draft, order or otherwise - section 5 (b))

ബാങ്കുകളും ബാങ്കുകളുടേതായ പുതിയ ശാഖകളും തുടങ്ങുന്നതിന് റിസർവ്വ് ബാങ്ക് ഓഫ് ഇന്ത്യയുടെ അനുമതി ആവശ്യമാണ് എന്നു നിഷ്കർഷിക്കുന്നത് ബാങ്കിങ് റഗുലേഷൻ നിയമമാണ്. (സെക്ഷൻ 22 പ്രകാരം)

ബാങ്കിങ് നിയമങ്ങളിൽ പ്രധാനപ്പെട്ട മറ്റൊന്നാണ് റിസർവ്വ് ബാങ്ക് ഓഫ് ഇന്ത്യാ ആക്ട് (RBI Act - 1934). ഇന്ത്യയിലെ കേന്ദ്രബാങ്കിന്റെ പ്രവർത്തനങ്ങൾ നിർവ്വഹിക്കുന്നതിനായിട്ടാണ് 1935 ഏപ്രിൽ 1 മുതൽ റിസർവ്വ് ബാങ്ക് പ്രവർത്തിക്കുവാനാരംഭിക്കുന്നത്. ഈ നിയമത്തിലെ 22-ാം വകുപ്പ് അനുസരിച്ചാണ് ബാങ്ക് കറൻസി നോട്ടുകൾ പുറപ്പെടുവിക്കുന്നത്. കേന്ദ്രസർക്കാരിന്റെ നിർദ്ദേശപ്രകാരമാണ് നോട്ടുകളുടെ മൂല്യം (Denomination) തീരുമാനിക്കുന്നത്. ഈ നിയമത്തിലെ 26-ാം വകുപ്പു പ്രകാരം ഇന്ത്യൻ രൂപ ഇന്ത്യയിൽ വിനിമയത്തിനായി ആർക്കും നിഷേധിക്കുവാൻ സാധിക്കുകയില്ല (Legal Tender). റിസർവ്വ് ബാങ്ക് മേധാവിയായ ഗവർണറുടെ ഒപ്പാണ് എല്ലാ കറൻസികളിലും കാണാനാവുക. ബാങ്കുകൾ കരുതൽ നിക്ഷേപങ്ങൾ സൂക്ഷിക്കേണ്ടതിനെക്കുറിച്ചും, പ്രവർത്തനങ്ങളിൽ പാലിക്കേണ്ട നടപടികളെക്കുറിച്ചും ആഡിറ്റിങ്ങിനെക്കുറിച്ചും എല്ലാം ഈ നിയമത്തിൽ വ്യവസ്ഥകളുണ്ട്.

കമ്പനിനിയമം, പാർട്ട്ണർഷിപ്പു നിയമം, സ്റ്റാമ്പു നിയമം തുടങ്ങി ഒട്ടേറെ നിയമങ്ങൾ ബാങ്കുകളുടെ ദൈനംദിന പ്രവർത്തനങ്ങളെ സ്വാധീനിക്കുന്നുണ്ട്. പുസ്തകത്തിന്റെ ശൈലി ശില്പയ്ക്ക് ഇഷ്ടപ്പെട്ടു.

“ശില്പേ, നീ രാവിലെ കുളിച്ച് വരാൻ നോക്ക്.” അമ്മ ചീത്ത പറയാൻ തുടങ്ങിയിട്ടുണ്ട്......

അവൾ പുസ്തകം മടക്കിവച്ചു. ഇനി പിന്നീടാവാം.

16

ചരിത്രത്തിലൂടെ

പിറ്റേന്നു രാവിലെ ശില്പ അമ്മാവൻ നല്കിയ പുസ്തകം കൈയിലെടുത്തു. അതിൽ അമ്മാവന്റെ ഒരു കുറിപ്പു കണ്ടു. തലേന്ന് എന്തുകൊണ്ടോ അതു ശ്രദ്ധിക്കുകയുണ്ടായില്ല. “പുസ്തകം വായിച്ച് അതിന്റെ ചുരുക്കം എനിക്ക് എഴുതി അയച്ചുതരണം” എന്നായിരുന്നു അമ്മാവന്റെ നിർദ്ദേശം. തനിക്ക് ഒരു ‘പണിയും’ തന്നിട്ടാണല്ലോ അമ്മാവൻ പോയിരിക്കുന്നത് എന്നവൾ ഓർത്തു.

അടുത്തദിവസം ഉച്ചയോടെ ശില്പ അമ്മാവൻ നല്കിയ പുസ്തകം വായിച്ചു തീർത്തിരുന്നു. ലോകത്താകമാനവും, ഇന്ത്യയിൽ വിശേഷിച്ചും ബാങ്കിങ് രംഗത്തുണ്ടായ വളർച്ച വളരെ വിശദമായി അതിൽ പ്രതിപാദിച്ചിരിക്കുന്നു. അമ്മാവന്റെ നിർദ്ദേശം അനുസരിക്കുന്നതിന്റെ ഭാഗമായി അവൾ ചില കുറിപ്പുകളൊക്കെ എടുത്തിരുന്നു. അവയൊക്കെ മുന്നിൽ നിരത്തി വച്ചുകൊണ്ട് ശില്പ എഴുതുവാനാരംഭിച്ചു.

ക്രിസ്തുവിന് 2000 വർഷങ്ങൾക്കു മുമ്പുതന്നെ ബാങ്കിങ്ങിന്റെ ചില രൂപങ്ങൾ നമുക്കു കാണുവാൻ സാധിക്കും. കൃഷിക്കാർക്കും കച്ചവടക്കാർക്കുമായി അസൈറിയ, ബെബിലോൺ എന്നിവിടങ്ങളിൽ ചരക്കു കൈമാറ്റ വ്യവസ്ഥയുടെ ഭാഗമായി ധാന്യവായ്പകൾ നിലനിന്നിരുന്നതായി കാണാം. പുരാതന ഗ്രീസിലും റോമാ സാമ്രാജ്യത്തിലും ക്ഷേത്രങ്ങൾ സുര

ക്ഷിതമായ സ്വത്തു സൂക്ഷിപ്പുകേന്ദ്രങ്ങളായി മാറിയിരുന്നു. കാലക്രമേണ സൂക്ഷിപ്പുകേന്ദ്രങ്ങൾ നിക്ഷേപമായി പണം സ്വീകരിക്കുവാൻ തുടങ്ങി. പുരാതന ഗ്രീസിലെ ഡൽഹി, സെലോസ് തുടങ്ങിയ ദേവാലയങ്ങളിലെ പുരോഹിതർ പലിശ വാങ്ങിയിരുന്നതായും രേഖകളുണ്ട്.

വേദകാലത്ത് (2000 - 1400 ബി സി) തന്നെ ഭാരതത്തിൽ പണമിടപാടുകൾ നടന്നിരുന്നു എന്ന് 1931 ലെ സെൻട്രൽ ബാങ്കിങ് എൻക്വയറി കമ്മിറ്റി റിപ്പോർട്ട് സൂചിപ്പിച്ചിട്ടുണ്ട്. ബി സി 500 ൽ തന്നെ ബാങ്കിങ് ഒരു തൊഴിൽ എന്ന രീതിയിൽ വളർന്നുതുടങ്ങിയിരുന്നു എന്നും സൂചനകളുണ്ട്. 400 ബി സിയോളം പഴക്കമുള്ള കൗടില്യന്റെ *അർത്ഥശാസ്ത്ര*ത്തിൽ വായ്പ നൽകുന്നവരെയും, സ്വീകരിക്കുന്നവരെയും കുറിച്ചും വായ്പാ നിരക്കുകളെക്കുറിച്ചും സൂചനകളുണ്ട്. ബാങ്കുകളുടെ ഉത്ഭവത്തെക്കുറിച്ചുള്ള അവകാശവാദം, നാണയത്തിന്റെ ഉപയോഗം നിലവിലിരുന്ന ഏതു രാജ്യത്തിനും ഉന്നയിക്കാം എന്നു ചുരുക്കം.

ഇന്ത്യൻ നാണ്യ-സാമ്പത്തിക സ്ഥിതിയെക്കുറിച്ചു പഠിക്കുവാൻ 1926 ൽ രൂപീകരിച്ച റോയൽ കമീഷനിൽ അംഗമായിരുന്ന ഡബ്ല്യു ഇ പ്രെസ്റ്റൺ (W E Preston) ഇപ്രകാരം നിരീക്ഷിക്കുകയുണ്ടായി: "ഇംഗ്ലണ്ടിൽ ശാസ്ത്രീയമായ ബാങ്കിങ് വളർന്നു വരുന്നതിന് എത്രയോ നൂറ്റാണ്ടുകൾക്കു മുമ്പുതന്നെ നാടിന്റെ ആവശ്യങ്ങൾക്ക് ഉതകുന്ന തരത്തിലുള്ള പണമിടപാട് സംവിധാനങ്ങൾ ഭാരതത്തിൽ നിലനിന്നിരുന്നു. വാണിജ്യ പ്രാധാന്യമുള്ള പ്രദേശങ്ങളെ പരസ്പരം ബന്ധപ്പെടുത്തുവാനുള്ള ശൃംഖലയും അക്കാലത്ത് ഉണ്ടായിരുന്നു. ഇന്നത്തെ ബിൽ ഓഫ് എക്സ്ചേഞ്ചിന്റെ പൂർവ്വരൂപങ്ങളായ 'ഹുണ്ടി' കളായിരുന്നു ഈ പണമിടപാടുകളിൽ മുഖ്യ പങ്കു വഹിച്ചിരുന്നത്. വില പിന്നീട് നല്കാം എന്ന വ്യവസ്ഥയിൽ ചരക്കു കൈമാറ്റംചെയ്യുന്ന രീതിയായിരുന്നു ഇത്. പരസ്പര വിശ്വാസത്തിലധിഷ്ഠിതമായിരുന്നു ഈ സംവിധാനം. അതുകൊണ്ടു തന്നെ പണം നല്കാതെ 'ഹുണ്ടി'കൾ മടങ്ങുന്നതും അപൂർവമായിരുന്നു. ഇത്തരം പണമിടപാടു സ്ഥാപനങ്ങൾ എപ്രകാരമാണ് തങ്ങളുടെ പ്രവർത്തനം അവസാനിപ്പിക്കേണ്ടത് (liquidation), എന്നത് സംബന്ധിച്ചുപോലും കൃത്യമായ നിയമങ്ങൾ

അക്കാലത്തുണ്ടായിരുന്നു എന്ന് രേഖപ്പെടുത്തിയിട്ടുണ്ട്."

വിവിധ നാട്ടുരാജ്യങ്ങളുടെ കൂട്ടായ്മയായിരുന്ന ഭാരതത്തിൽ വ്യത്യസ്ത തരങ്ങളിലുള്ള ബാങ്കിങ് പ്രവർത്തനങ്ങൾ നിലനിന്നിരുന്നു. കാർഷിക ജീവിതവുമായി ബന്ധപ്പെട്ടുള്ള വായ്പയും, ഇതര സംവിധാനങ്ങളും പല നാട്ടുരാജ്യങ്ങളും പിന്തുടർന്നിരുന്നു. എന്നാൽ ഇംഗ്ലീഷ്-ഈസ്റ്റിന്ത്യാ കമ്പനിയുടെ വരവോടെയാണ് വ്യവസ്ഥാപിതമായ ബാങ്കിങ് സംവിധാനം ഇവിടെ ആരംഭിക്കുന്നത്.

1720 ൽ രൂപീകരിക്കപ്പെട്ട ബാങ്ക് ഓഫ് ബോംബെ (ഇതേ പേരിൽ പിന്നീട് ഒരു പ്രസിഡൻസി ബാങ്ക് വന്നു. അതിനാൽ ഇതിനെ ഗവൺമെന്റ് ഓഫ് ബോംബെ എന്നു വിളിക്കുന്നു) യാണ് കമ്പനി മാതൃകയിൽ ആദ്യമായി ക്രമീകരിക്കപ്പെട്ടത്. പിന്നീട് 1770 ൽ 'അലക്സാണ്ടർ ആന്റ് കമ്പനി' എന്ന ഏജൻസി ഹൗസിന്റെ നേതൃത്വത്തിൽ കൽക്കത്ത കേന്ദ്രമാക്കി ബാങ്ക് ഓഫ് ഹിന്ദുസ്ഥാൻ രൂപീകരിക്കപ്പെട്ടു. ഈസ്റ്റിന്ത്യാ കമ്പനിയുടെ പ്രവർത്തനങ്ങൾ കൽക്കത്തയിൽ കേന്ദ്രീകരിച്ചതോടെ ബാങ്കിങ് സേവനങ്ങളുടെ ആവശ്യകത വർദ്ധിച്ചു. ഇന്ത്യയിലെ ആദ്യത്തെ പ്രസിഡൻസി ബാങ്കായ ബാങ്ക് ഓഫ് ബംഗാൾ 1806 ജൂൺ 2 ന്, 50 ലക്ഷം രൂപയുടെ മൂലധനത്തോടെ കൽക്കത്തയിൽ ആരംഭിച്ചു. 1823 ൽ കറൻസി നോട്ടുകൾ പുറപ്പെടുവിക്കുവാനുള്ള അധികാരം ബാങ്കിനു ലഭ്യമായി. 52 ലക്ഷം രൂപയുടെ മൂലധനത്തോടെ 1840 ൽ ആരംഭിച്ച ബാങ്ക് ഓഫ് ബോംബെയായിരുന്നു രണ്ടാമത്തെ പ്രസിഡൻസി ബാങ്ക്. 30 ലക്ഷം രൂപയുടെ മൂലധനത്തോടെ 1843 ജൂലൈയിൽ ബാങ്ക് ഓഫ് മദ്രാസും രൂപീകരിക്കപ്പെട്ടു. അങ്ങനെ ഈ മൂന്നു ബാങ്കുകൾ ഈസ്റ്റിന്ത്യാ കമ്പനിയുടെ ഭരണപരമായ പ്രവർത്തനങ്ങളുടെ ഭാഗമായി മാറി. 1861 ലെ നിയമപ്രകാരം കറൻസി നോട്ടുകൾ പുറപ്പെടുവിക്കുവാനുള്ള അധികാരം സർക്കാരിനു കൈമാറുന്നതുവരെ പ്രസിഡൻസി ബാങ്കുകൾ കറൻസിനോട്ടുകളും ഇറക്കിയിരുന്നു.

1865 ൽ അലഹബാദിൽ രൂപീകരിക്കപ്പെട്ട അലഹബാദ് ബാങ്ക് ആണ് ആദ്യത്തെ ഇന്ത്യൻ ബാങ്ക്. 1895 ൽ ലാഹോറിൽ രൂപീകരിക്കപ്പെട്ട പഞ്ചാബ് നാഷണൽ ബാങ്ക് ഈ ഗണത്തിലെ രണ്ടാമത്തെ ബാങ്കാണ്. കേരളത്തിലെ ആദ്യത്തെ ബാങ്കായ നെടുങ്ങാടി ബാങ്കും ഈ കാലയളവിലാണ് പ്രവർത്തനം ആരം

ഭിക്കുന്നത്. 1899 ൽ കോഴിക്കോട്ടാണ് റാവു ബഹദൂർ ടി എം അപ്പു നെടുങ്ങാടി ബാങ്കിന്റെ പ്രവർത്തനം ആരംഭിച്ചത്. ഇന്ന് നെടുങ്ങാടി ബാങ്ക് പഞ്ചാബ് നാഷണൽ ബാങ്കിൽ ലയിച്ചു കഴിഞ്ഞു.

ബംഗാൾ വിഭജനത്തെത്തുടർന്ന് ഇന്ത്യയിൽ സ്വദേശി പ്രസ്ഥാനം ശക്തമായി വളരാൻ തുടങ്ങിയതിനോടൊപ്പമാണ് ധാരാളം പുതിയ ബാങ്കുകളും ആരംഭിക്കുന്നത്. ബാങ്ക് ഓഫ് ഇന്ത്യ, സെൻട്രൽ ബാങ്ക് ഓഫ് ഇന്ത്യ, ബാങ്ക് ഓഫ് ബറോഡ, കാനറാ ബാങ്ക്, കോർപ്പറേഷൻ ബാങ്ക്, ഇന്ത്യൻ ബാങ്ക് എന്നിവയെല്ലാം ഈ കാലയളവിലാണ് പ്രവർത്തനം ആരംഭിക്കുന്നത്. 1913 അവസാനമായപ്പോഴേക്കും മൂന്നു പ്രസിഡൻസി ബാങ്കുകൾ അടക്കം 56 ബാങ്കുകൾ ഇന്ത്യയിൽ പ്രവർത്തിക്കുവാൻ തുടങ്ങിയിരുന്നു. സ്വദേശി പ്രസ്ഥാനത്തോടൊപ്പം സഹകരണ പ്രസ്ഥാനവും ഇവിടെ വളരാൻ തുടങ്ങി. കാർഷിക-സഹകരണ വായ്പാ സംഘങ്ങളും, അർബൻ സഹകരണ ബാങ്കുകളും വ്യാപകമായി പ്രവർത്തിക്കുവാനാരംഭിച്ചതും ഇക്കാലത്തായിരുന്നു.

കൊളോണിയൽ ഇന്ത്യയിലെ മൂന്നു പ്രസിഡൻസി ബാങ്കുകൾ ഏകീകരിച്ചുകൊണ്ട് 1921 ൽ ഇംപീരിയൽ ബാങ്ക് ഓഫ് ഇന്ത്യ രൂപീകരിക്കപ്പെട്ടു. കൊമേഴ്സ്യൽ ബാങ്കും കേന്ദ്രബാങ്കും നിർവ്വഹിക്കേണ്ട ചുമതലകൾ ഇംപീരിയൽ ബാങ്ക് വഹിക്കുകയായിരുന്നു. 1935 ൽ റിസർവ്വ് ബാങ്ക് ഓഫ് ഇന്ത്യ രൂപീകരിക്കുന്നതുവരെ ഇതു തുടർന്നു. 1955 ൽ ഇംപീരിയൽ ബാങ്ക് ദേശസാൽക്കരണത്തിനു വിധേയമാവുകയും സ്റ്റേറ്റ് ബാങ്ക ഓഫ് ഇന്ത്യ ആയി മാറുകയുംചെയ്തു.

സ്വാതന്ത്ര്യം നേടിയതിനുശേഷം ആദ്യത്തെ ദശാബ്ദങ്ങളിൽ ബാങ്കിങ് രംഗത്തുണ്ടായ വളർച്ച വളരെ മന്ദഗതിയിലായിരുന്നു. ഇംപീരിയൽ ബാങ്ക് ഓഫ് ഇന്ത്യക്കു പുറമെ 100 കോടിയിലേറെ നിക്ഷേപമുള്ള അഞ്ചു ബാങ്കുകൾമാത്രമേ അന്നുണ്ടായിരുന്നുള്ളൂ. സെൻട്രൽ ബാങ്ക് ഓഫ് ഇന്ത്യ, പഞ്ചാബ് നാഷണൽ ബാങ്ക്, ബാങ്ക് ഓഫ് ഇന്ത്യ, ബാങ്ക് ഓഫ് ബറോഡ, യൂക്കോ ബാങ്ക് എന്നിവയാണ് അവ. 1947 ൽ ഷെഡ്യൂൾഡും നോൺ ഷെഡ്യൂൾഡും ആയി 1034 ബാങ്കുകളും അവയിലെല്ലാം കൂടി 1261 കോടി രൂപയുടെ നിക്ഷേപവും ആണ് ഉണ്ടായിരുന്നത്. 1949

ജൂലൈയിൽ റിസർവ്വ് ബാങ്ക് ഓഫ് ഇന്ത്യ ഇന്ത്യയിലെ ബാങ്കുകളുടെ ഗുണപരമായ പരിശോധന നടത്തുവാൻ തീരുമാനിച്ചു. ബാങ്കുകളുടെ നടത്തിപ്പ് ക്രമപ്പെടുത്തുവാൻ ഉദ്ദേശിച്ചുകൊണ്ട് 1949 മാർച്ച് 10 ന് ബാങ്കിങ് റഗുലേഷൻ നിയമം നിലവിൽവന്നു. തുടർന്ന് ഉള്ള വർഷങ്ങളിൽ ഈ നിയമം നടപ്പിൽ വന്നതിന്റെ ഭാഗമായി നിരവധി ബാങ്കുകൾ സംയോജിക്കപ്പെട്ടു.

1969 ജൂലൈ 19 ന് നടന്ന ബാങ്ക് ദേശസാൽക്കരണം ഇന്ത്യയുടെ ബാങ്കിങ് സംസ്കാരത്തെ അപ്പാടെ മാറ്റിമറിക്കുകയുണ്ടായി. അമ്പതു കോടിയിലധികം നിക്ഷേപമുണ്ടായിരുന്ന 14 ബാങ്കുകളാണ് പൊതു ഉടമസ്ഥതയിലേക്കു മാറിയത്. ബാങ്കിങ് മേഖലയിലെ വിഭവങ്ങളെ ആസൂത്രിത വികസനവുമായി ബന്ധപ്പെടുത്തുക എന്നതായിരുന്നു ദേശസാൽക്കരണത്തിനു പുറകിലെ സാമ്പത്തിക താല്പര്യം. ഈ നടപടിയോടെ പ്രധാനമന്ത്രിയായിരുന്ന ശ്രീമതി ഇന്ദിരാഗാന്ധി, പുരോഗമന സ്വഭാവം പ്രകടിപ്പിച്ചുകൊണ്ട് രാഷ്ട്രീയനേട്ടവും ഉണ്ടാക്കുകയുണ്ടായി. 1980 ൽ 200 കോടിയിലധികം നിക്ഷേപങ്ങളുണ്ടായിരുന്ന 6 ബാങ്കുകളെ കൂടി ദേശസാൽക്കരിച്ചു.

ദേശസാൽക്കരണത്തെത്തുടർന്ന് ബാങ്കുകളുടെ സ്വഭാവത്തിൽ വലിയ മാറ്റങ്ങളുണ്ടായി. നാട്ടിലുടനീളം ബാങ്കുകളുടെ ശാഖകൾ തുറന്നു. ചെറുകിട കൃഷിക്കാർക്കും വ്യവസായ-വാണിജ്യ സംരംഭകർക്കും വായ്പകൾ നല്കുന്നതിനുള്ള പദ്ധതികൾ ഉണ്ടാക്കി. ഈ കാലയളവിൽ താഴെ കൊടുത്തിരിക്കുന്ന പട്ടികയിൽനിന്നും മനസ്സിലാക്കുവാൻ സാധിക്കും.

	വർഷം	
	1970	2013
മൊത്തം ബാങ്കുകൾ	89	151
മൊത്തം ബാങ്കുശാഖകൾ	8262	109811
ആകെ വായ്പകൾ	3600 കോടി രൂപ	5,260,500 കോടി രൂപ
ആകെ നിക്ഷേപങ്ങൾ	4646 കോടി രൂപ	67,50,454 കോടി രൂപ

1970 മുതൽ 1990 വരെയുള്ള ദശകങ്ങളിലെ വളർച്ചയെ ആദ്യ ഘട്ടമായും, 1990 കൾക്കുശേഷം ഉണ്ടായ വളർച്ചയെ രണ്ടാം ഘട്ട മായും കാണാം. 1990 കൾക്കുശേഷം ലോക സാമ്പത്തികക്രമ ത്തിൽ ഉദാരവല്ക്കരണനയങ്ങൾക്കു ശേഷം ഉണ്ടായ വളർച്ച യാണ് ഈ രണ്ടാംഘട്ടത്തിൽ കാണുന്നത്.

ബാങ്കിങ് സംവിധാനം ഇല്ലാത്ത ഇടങ്ങളിൽ ബാങ്കിന്റെ ശാഖകൾ തുറന്നു പ്രവർത്തിക്കുവാനും, അതുപോലെ അതു വരെ അവഗണിക്കപ്പെട്ടിരുന്ന മേഖലകളിലേക്ക് ബാങ്കുവായ്പ കൾ അനുവദിക്കുവാനുമുള്ള നടപടികൾ ആരംഭിച്ചത് ആദ്യ ഘട്ടത്തിലാണ്. കൃഷി, ചെറുകിടവ്യവസായം, ചെറുകിട ബിസി നസ് തുടങ്ങിയ മേഖലകളെ മുൻഗണനാ വിഭാഗം വായ്പക ളായി (Priority sector) കണക്കാക്കുവാനും ഓരോ വർഷവും നിശ്ചിത ശതമാനം വായ്പ നല്കണം എന്നു നിഷ്കർഷിക്കു വാനും തുടങ്ങി. ബാങ്കുശാഖകൾ ഗ്രാമീണ മേഖലകളിൽ വ്യാപ കമായി തുറന്നുകൊണ്ട് ഇന്ത്യയുടെ സാമ്പത്തിക വളർച്ചയെ ത്വരിതപ്പെടുത്തുവാൻ കഴിഞ്ഞതും ഈ കാലയളവിലായിരുന്നു. 1970 ൽ 1,833 ഗ്രാമീണശാഖകൾ മാത്രമുണ്ടായിരുന്ന അവസ്ഥ യിൽനിന്ന് (ആകെ ശാഖകൾ 8,262) 1980 ആയപ്പോഴേക്കും അത് 15,105 ആയി വളർന്നു. (ആകെ ശാഖകൾ 32,400). ഭാരതത്തി ലാകെ ഓരോ റവന്യു ജില്ലയിലും ശാഖാവികസനവും വായ്പാ വിതരണരീതികളും അവലോകനം ചെയ്യുന്നതിനും നേതൃത്വ പരമായ പങ്കുവഹിക്കുന്നതിനും ആയി 'ലീഡ് ബാങ്കുകൾ' (Lead Banks) ആരംഭിച്ചതോടുകൂടി ആസൂത്രിതമായ രീതിയിൽ ബാങ്കിങ് മേഖല വളർച്ച കൈവരിക്കുവാൻ തുടങ്ങി. സംസ്ഥാ നതലം, ജില്ലാതലം, ബ്ലോക്കുതലം എന്നിങ്ങനെയായിരുന്നു ഇതിന്റെ ഘടന. ജില്ലാ കലക്ടർ അദ്ധ്യക്ഷനായ സമിതിയായി രിക്കും ജില്ലാതല വായ്പാപരിപാടിയുടെ (Credit Plan) മേൽനോട്ടം നിർവ്വഹിക്കുക. ജില്ലകളുടെയെല്ലാം പൊതുനേ തൃത്വം വഹിക്കുന്നത് സംസ്ഥാനതല ബാങ്കേഴ്സ് കമ്മിറ്റി ആയി രിക്കും. കേരളത്തിൽ സംസ്ഥാനതല ബാങ്കേഴ്സ് കമ്മിറ്റിയുടെ (Stae Level Bankers Committee - SLBC) നേതൃത്വം വഹി ക്കുന്നത് കാനറാ ബാങ്കാണ്.

ഗ്രാമീണ മേഖലയിലെ വികസനം ലാക്കാക്കി ആരംഭിച്ച നിരവധി പരിപാടികളിൽ എടുത്തു പറയേണ്ടവയാണ് പ്രാദേ

ശിക ഗ്രാമീണ ബാങ്കുകളുടെ (Regional Rural Bankers) രൂപീകരണവും, സംയോജിത ഗ്രാമീണ വികസന പദ്ധതിയുടെ (IRDP) ആരംഭവും. വാണിജ്യ ബാങ്കുകളുടെ മാനേജ്മെന്റ് വൈഭവം ഗ്രാമീണമേഖലയിൽക്കൂടി ലഭ്യമാക്കുവാനായിരുന്നു 1976 ൽ പ്രാദേശിക ഗ്രാമീണ ബാങ്കുകൾ രൂപീകരിക്കപ്പെട്ടത്. വാണിജ്യ ബാങ്കുകളുടെ നേതൃത്വത്തിൽ 23 സംസ്ഥാനങ്ങളിലായി 196 ബാങ്കുകൾ രൂപീകരിക്കപ്പെട്ടു. കേരളത്തിൽ സിൻഡിക്കേറ്റ് ബാങ്കിന്റെ നേതൃത്വത്തിൽ നോർത്ത് മലബാർ ഗ്രാമീൺ ബാങ്കും കാനറാ ബാങ്കിന്റെ നേതൃത്വത്തിൽ സൗത്ത് മലബാർ ഗ്രാമീൺ ബാങ്കും പ്രവർത്തനമാരംഭിച്ചു. 2013 മുതൽ ഈ രണ്ടു ബാങ്കുകളും സംയോജിച്ചുകൊണ്ട് "കേരളാ ഗ്രാമീൺ ബാങ്ക്" ആയിട്ടാണ് പ്രവർത്തിക്കുന്നത്. 1978 ൽ ആരംഭിച്ച ഐ ആർ ഡി പി ഗ്രാമീണ മേഖലയിലുള്ളവരുടെ വരുമാനം വർദ്ധിപ്പിക്കുക എന്ന ലക്ഷ്യത്തോടെയാണ് ആരംഭിച്ചത്.

1990 കളിൽ ആരംഭിച്ച രണ്ടാം ഘട്ടത്തിലാണ് ബഹുജന ബാങ്കിങ്ങിൽ നിന്നും (Mass Banking) വർഗ്ഗ ബാങ്കിങ്ങിലേക്ക് (Class Banking) ബാങ്കിങ് സംവിധാനം മെല്ലെ മാറുന്നത്. ലോക സാമ്പത്തിക ക്രമത്തിലുണ്ടായ മാറ്റത്തിന്റെ ഭാഗമായി പുതിയ ലോകം 'ലാഭം' എന്നത് അടിസ്ഥാനപ്പെടുത്തിയുള്ളതായി മാറി. ബാങ്കുശാഖകൾ ആരംഭിക്കുന്നതിന്റെയും മാനദണ്ഡങ്ങൾ മാറ്റത്തിനു വിധേയമായി. ബാങ്കിങ് പ്രവർത്തനങ്ങളിൽ സുതാര്യത കൈവരുത്തുന്നതിനായി ബാങ്കിങ് ആസ്തികളെ സക്രിയ ആസ്തികളെന്നും (Performics Assets) നിഷ്ക്രിയ ആസ്തികളെന്നും (Non - Performics Assets) വേർതിരിക്കുവാൻ തുടങ്ങി. വായ്പയുടെ പലിശ അടവ് കൃത്യമായി നല്കാത്ത വായ്പകളായിരുന്നു നിഷ്ക്രിയ ആസ്തികൾ (NPA).

1980 കളിലാണ് ബാങ്കുകളിൽ കമ്പ്യൂട്ടറൈസേഷനുള്ള ശ്രമ

ങ്ങൾ തുടങ്ങുന്നത്. ശാഖകളിലെ നിക്ഷേപ അക്കൗണ്ടുകൾ കമ്പ്യൂട്ടറിന്റെ പരിധിയിലാക്കിക്കൊണ്ടായിരുന്നു അവയുടെ ആരംഭം. പിന്നീട് ശാഖകളിലെ എല്ലാ വിധ അക്കൗണ്ടുകളിലേക്കും അതു വ്യാപിച്ചു. ഇന്ന് കോർ ബാങ്കിങ് നടപ്പാക്കുക വഴി ബാങ്കുകൾ തമ്മിൽതമ്മിലും ബന്ധപ്പെട്ടിരിക്കുന്നു. മുമ്പ് ദൂരസ്ഥലങ്ങളിലേക്ക് ചെക്കുകൾ അയച്ചു പാസാക്കി വാങ്ങുന്ന രീതിയാണ് നിലവിലുണ്ടായിരുന്നത് എങ്കിൽ ഇന്ന് ചെക്കുകളുടെ ഇലക്ട്രോണിക് പകർപ്പ് അയച്ചാണ് അത് നിർവ്വഹിക്കുന്നത്. ബാങ്കിന്റെ ഉപഭോക്താവിന് വിവര-സാങ്കേതികവിദ്യയുടെ സഹായത്തോടെ കൂടുതൽ സൗകര്യങ്ങൾ ഒരുക്കിക്കൊടുക്കുവാൻ ബാങ്കുകൾ ശ്രദ്ധിക്കുന്നുണ്ട്. ഇനിയും പലതരം മാറ്റങ്ങളും ബാങ്കിങ് മേഖലയെ കാത്തിരിക്കുന്നുമുണ്ട്.

ശില്പ, തന്റെ ലേഖനം എഴുതി അവസാനിപ്പിച്ചു. അവൾ അത് ഒന്നുകൂടി വായിച്ചുനോക്കി. തരക്കേടില്ല. പക്ഷേ, ബാങ്കുകളുടെ ബാങ്കെന്നു കണക്കാക്കപ്പെടുന്ന റിസർവ്വ് ബാങ്ക് ഓഫ് ഇന്ത്യയെക്കുറിച്ച് ഒന്നും എഴുതിയിട്ടില്ല. ഒരു ഖണ്ഡിക അതു കൂടിയാവാം എന്നവൾ തീരുമാനിച്ചു.

1934 ലെ റിസർവ്വ് ബാങ്ക് ഓഫ് ഇന്ത്യ ആക്ട് അനുസരിച്ച് 1935 ഏപ്രിൽ 1 മുതലാണ് ഇന്ത്യയിലെ കേന്ദ്രബാങ്ക് എന്ന നിലയിൽ റിസർവ്വ് ബാങ്ക് ഓഫ് ഇന്ത്യ പ്രവർത്തനം ആരംഭിക്കുന്നത്. താഴെ പറയുന്നവയാണ് റിസർവ്വ് ബാങ്കിന്റെ പ്രധാന ചുമതലകൾ.

1. കറൻസി നോട്ടുകൾ പുറപ്പെടുവിക്കുക, ആവശ്യാനുസരണം പ്രചാരത്തിൽ എത്തിക്കുക.
2. ബാങ്കിങ് പ്രവർത്തനങ്ങൾ നിയന്ത്രിക്കുക.
3. വിദേശനാണ്യ ശേഖരം കൈകാര്യംചെയ്യുക.
4. സാമ്പത്തിക നയപരിപാടികളിൽ സർക്കാരിനെ സഹായിക്കുക. ഇതുവഴി നമ്മുടെ നാണയപ്പെരുപ്പം നിയന്ത്രിക്കുവാൻ പരിപാടികൾ ആസൂത്രണം ചെയ്യുന്നുണ്ട് റിസർവ്വ് ബാങ്ക് ഓഫ് ഇന്ത്യ.

അവൾ എഴുത്തവസാനിപ്പിച്ചു.

9 789385 018893

Printed by Libri Plureos GmbH in Hamburg,
Germany